தமிழ் மொழியின் வரலாற்றுப் பயணம்
சங்கம்முதல் இன்றுவரை

தமிழ் மொழியின் வரலாற்றுப் பயணம்
சங்கம்முதல் இன்றுவரை
வாசு அரங்கநாதன்

1988ஆம் வருடத்தில் அண்ணாமலைப் பல்கலைக்கழகத்தில் மொழியியல் ஆய்வுப் பட்டத்தைப் பெற்றுத் தமிழ்ப் பல்கலைக் கழகத்தில் ஓராண்டு பணிசெய்தார். 1989இல் அமெரிக்காவில் வாஷிங்டன் பல்கலைக்கழகம் வழித் தன்னுடைய கல்விப் பயணத்தைத் தொடங்கினார். மொழியைக் கணினிவழி ஆய்ந்த இவர் இலக்கியத்திலும் சமயத்திலும் ஈடுபடும் விதமாகத் தன்னுடைய இரண்டாவது முனைவர் பட்டத்தை (2010) பென்சில்வேனியாப் பல்கலைக்கழகத்தில் பெற்றார். தமிழ் மொழியையும் இலக்கியத்தையும் தெற்காசியத் துறையின் மாணவர்களுக்கு வாஷிங்டன், விஸ்கான்சின், மிஷிகன், பென்சில்வேனியாப் பல்கலைக்கழகங்களில் பயிற்றுவித் திருக்கிறார். பென்சில்வேனியாப் பல்கலைக்கழகத்தின் தெற்காசியத் துறையில் கடந்த பத்து வருடங்களாகப் பணிபுரிந்து வருகிறார். 'இக்காலத் தமிழில் வேற்றுமைகள்' பற்றியது இவருடைய அண்ணாமலைப் பல்கலைக்கழக முனைவர் பட்ட ஆய்வேடு. 'திருமந்திரத்தின் மொழித் திறன்' பற்றியது இவருடைய பென்சில்வேனியாப் பல்கலைக்கழக ஆய்வேடு. 'Tamil Language in Context: A Comprehensive Approach to Learning Tamil', 'Computational Approaches to Tamil Linguistics' என்னும் இரண்டு நூல்களை வெளியிட்டுள்ளார். கனடாவின் 'Tamil Literary Garden' இவருக்குச் சிறந்த தமிழ்க் கணினியாளருக்கான 'சுந்தர ராமசாமி விரு'தை (2011) வழங்கியுள்ளது. இவருடைய இரண்டாவது நூலுக்கு, மொழியையும் கணினியையும் இணைக்கும் சிறந்த முயற்சி என 'அச்சுத மேனன் விரு'தை, Dravidian Linguistics Association, Kerala கொடுத்துப் பாராட்டியுள்ளது.

வாசு அரங்கநாதன்

தமிழ் மொழியின் வரலாற்றுப் பயணம்
சங்கம்முதல் இன்றுவரை

காலச்சுவடு பதிப்பகம்

● அன்பார்ந்த வாசகருக்கு,

வணக்கம்.

காலச்சுவடு நூலை வாங்கியமைக்கு நன்றி.

நூலின் உள்ளடக்கம், உருவாக்கம், அட்டைப்படம் இன்ன பிற அம்சங்கள் பற்றிய உங்கள் கருத்துகளையும் ஆலோசனைகளையும் காலச்சுவடு வரவேற்கிறது. தகவல், எழுத்து, வாக்கியப் பிழைகள் தென்பட்டால் கட்டாயம் தெரிவித்து உதவுங்கள். நூல் தயாரிப்பில் கடும் குறைபாடு இருப்பின் மாற்றுப் பிரதி உங்களுக்குக் கிடைக்கக் காலச்சுவடு ஏற்பாடு செய்யும்.

மின்னஞ்சல்: **publisher@kalachuvadu.com**

காலச்சுவடு நாகர்கோவில் அலுவலகத்திற்குக் கடிதம் அனுப்பலாம்.

தங்கள்
எஸ்.ஆர். சுந்தரம் (கண்ணன்)
பதிப்பாளர் – நிர்வாக இயக்குநர்

தமிழ் மொழியின் வரலாற்றுப் பயணம் சங்கம்முதல் இன்றுவரை ❋ மொழியியல் ❋ ஆசிரியர்: வாசு அரங்கநாதன் ❋ © வாசு அரங்கநாதன் ❋ முதல் பதிப்பு: நவம்பர் 2023 ❋ வெளியீடு: காலச்சுவடு பப்ளிகேஷன்ஸ் (பி) லிட்., 669, கே.பி. சாலை, நாகர்கோவில் 629001

காலச்சுவடு பதிப்பக வெளியீடு: 1223

tamiz moziyin varalaaRRup payaNam Sangammuthal intruvarai ❋ linguistics ❋ Author: Vasu Aranganathan ❋ © Vasu Aranganathan ❋ Language: Tamil ❋ First Edition: November 2023 ❋ Size: Demy 1 x 8 ❋ Paper: 18.6 kg maplitho ❋ Pages: 160

Published by Kalachuvadu Publications Pvt. Ltd., 669, K.P. Road, Nagercoil 629001, India ❋ Phone: 91-4652-278525 ❋ e-mail: publications@kalachuvadu.com ❋ Printed at Clicto Print, Jaleel Towers, 42 KB Dasan Road, Teynampet, Chennai 600018

ISBN: 978-81-19034-69-7

11/2023/S.No. 1223, kcp 4776, 18.6 (1) rss

பொருளடக்கம்

முன்னுரை	13
நன்றியுரை	15
குறியீடுகள்	17
1. தமிழ் மொழியின் வரலாறும் செம்மொழித் தமிழும்	19
1.1. தமிழ் மொழியின் ஒலியன் விதிகளும் மொழி மாற்றமும்	24
1.2. இருவகை மொழி மாற்றங்களும் தமிழ் இலக்கணங்களும்	34
1.2.1. மொழி மாற்றம்: உட்புறக் காரணங்கள்	35
1.2.2. மொழி மாற்றம்: வெளிப்புறக் காரணங்கள்	39
1.2.3. மணிப்பிரவாள நடையும் தமிழ் நடையின் மாற்றங்களும்	41
1.2.4. தத்சமம், தத்பவம் மாற்றங்கள்	43
1.2.4.1. வடமொழிச் சொற்களைத் தமிழ் மொழியாக்கம் செய்தல்	43
1.2.5. பல சொற்கள் ஒரு பொருளில் பயன்படும்போது ஒரு சொல்லே வழக்கு நிலைக்கு வருதல்	45
1.3. செம்மொழி வழக்கும் இலக்கிய வழக்கும்	46
1.3.1. பேச்சு வழக்கற்ற செம்மொழி வழக்கு	46
1.3.2. இலக்கிய வழக்கு கொண்ட பேச்சு வழக்கு	48
1.3.2.1. இலக்கிய வழக்கு இல்லாத பேச்சு வழக்கு (என் எனும் வினை பேச்சு வழக்கில் இலக்கணமாக்கப்படாமையால்)	48

1.4. இரட்டை வழக்கு (diglossia)	49
1.4.1. 'சும்மா' என்னும் சொல்லின் வேர் எது?	52
2. ஒலியன் விதிகளும் அவை ஏற்படுத்தும் மொழி மாற்றங்களும்	54
2.1. லகர ளகர மாற்றங்களும் மூக்கொலியோடு உடன்படுதலும் வெடிப்பொலியோடு உடன்படுதலும்	56
2.1.1. 'ல்', 'த்' உடன் வருதல்	60
2.1.2. 'கால்' என்னும் காலம் காட்டும் விகுதி	62
2.1.3 'ள'கரம் 'ண'கரமாகவும் 'ட'கரமாகவும் மாறுதல்	63
2.2. 'ன'கர மாற்ற விதிகள்	65
2.3. மூக்கொலியாக்கம்	66
2.3.1. மூக்கொலி உடன்படு மாற்றங்கள்	67
2.3.2. 'ஞ்' இரட்டித்தல்	67
2.3.3. மூக்கொலி கொள்ளும் மாற்றங்கள்	68
2.4. 'ண'கர, 'ம'கர மாற்றங்கள்	69
2.5. 'ம'கர ஈற்றின் மாற்றங்கள்	71
2.6. 'த'கரம் 'ட'கரமாக மாறும் ஒலியன் விதி	73
2.7. ஒலிப்பு முறை உடன்பாடு ஒலி உருவாக்க இடத்தின் உடன்பாடு	76
2.8. இடையின ஒலிகளின் விடுபடு விதியால் ஏற்படும் மாற்றங்கள்	76
2.8.1. 'க', 'ஃ' விடுபடு விதி	77
2.8.2. 'ர' விடுபடு விதி	81
2.8.3. 'ழ' விடுபடு விதி	82
2.8.4. செம்புலம் என்னும் சொல்லைச் செழும்புலம் எனப் படித்தறியவேண்டும்	84
2.9. 'ய' விடுபடு விதி	84
2.10. 'வ' விடுபடு விதி	87
2.10.1. 'வா' என்னும் வினையில் 'வ' விடுபடு விதி	88

2.11. 'அன்' விடுபடு விதியால் 'ஆய்', 'ஆன்', 'ஆள்' ஆகிய எழுவாய் விகுதிகள் இக்காலத் தமிழில் வந்தவிதம்	88
2.12. 'ட'கரம் 'ற'கரமாதல்	91
2.12.1. ஒலிமாற்றத்தின் பரவலாக்கம்	92
2.12.2. 'ச்சு' விகுதியும் பரவலாக்கமும்	92
2.12.3. 'ச்சி' விகுதியின் பரவலாக்கம்	92
2.13. அண்ண ஒலியாக்கம்	93
2.14. உயிரெழுத்துகளின் மற்றங்கள்	96
2.14.1. உயர்நிலை உயிர்களின் கீழிறக்கம்	96
2.14.1.1. உகரமேறும் விதி	97
2.14.2. கூட்டுநிலை உயிர்களின் குறுக்கம் (monopthongization)	97
2.14.3. உதட்டொலிகளின் உடன்படு விதி	100
2.14.4. 'ய', 'வ' செருகல் விதி	100
2.15. குற்றியலுகர, முற்றியலுகர மாற்றங்கள்	101
2.15.1. முற்றியலுகரத்தோடு 'வ'கரம் செருகல் விதி	101
2.15.2. குற்றியலுகரம் விடுபடு விதி	102
2.16. சொல்லாக்கம், உருபன், தொடர்கள் சார்புற்ற வரம்புகள்	103
2.17. விடுபடு விதிக்கு ஈடுகட்டும் வகையிலான உயிர் நீட்டிப்பு	104
3. உருபுகளின் மாற்றங்களும் வினையமைப்புகளும்	**106**
3.1. "லாம்" என்ற உருபு வந்த விதமும் வரலாற்று இலக்கணத்தில் இதைக் கூறும் முறையும்	107
3.2. தமிழின் 'வெளிசெய்', 'உள்ளாறு, போன்ற தொடர் வினையமைப்பில் ஏற்பட்ட மாற்றங்கள்	109
3.3. இலிருந்து, இடமிருந்து போன்ற விகுதிகளின் வரலாற்று நோக்கு	110
3.4. "பற்றி" என்பதுபற்றி	111
3.5 போ என்னும் வினையின் 'போன்-', 'போந்-' ஆகிய இறந்தகால விகுதிகள்	112

3.6. 'ஆமல்' என்னும் வினையெச்ச எதிர்மறை
உருபு வந்த விதம் 115

3.7 'விடு', 'கொள்', 'இரு', 'கொண்டு இரு'
என்னும் வினைகளின் மாற்றங்கள் 116

   3.7.1. கொள், கொண்டிரு ஆகிய உருபுகள் 116

   3.7.2. குறிப்பு வினைகளும் அவற்றின் வரலாற்று
மாற்றங்களும் 120

3.8. ஒற்று மிகும் இடங்களும் மிகா இடங்களும் 121

   3.8.1. ஒற்று ஏன் மிகுகிறது? 122

   3.8.1.1. இரு சொற்கள் இணைந்து கூட்டுச்சொல்லை
உருவாக்கும்போது இரட்டிப்பு நிகழும். 122

   3.8.1.2 ஒரு சொல்லில் கடைசி எழுத்து விடுபட்டு
ஒரு பெயரடையை உருவாக்கினால் அவை
ஒற்று மிகும் சூழலை ஏற்படுத்தும். 123

   3.8.1.3. ஒரு சொல்லின் இடையில் மாற்றங்கள்
ஏற்பட்டுப் பெயரடையை உருவாக்கினால்
அங்கு ஒற்று மிகும். 123

   3.8.1.4. வினையோடு உடன்பட்டு வரும்
பெயர்த் தொடர்களாகிய 'ஐ', 'கு'
வேற்றுமைக்கு முன் ஒற்று மிகுகிறது. 123

   3.8.1.5 வினையெச்சத் தொடர்கள் அனைத்தும்
ஆளுமை – கட்டுப்பாடு உறவில் இருப்பதால்
அவை ஒற்று மிகும் சூழலை ஏற்படுத்துகின்றன. 124

   3.8.1.6. 'ஆக', 'ஆய்' என்னும்
வினையடைகளும் ஒற்று மிகும் சூழலை
ஏற்படுத்துகின்றன 124

   3.8.2. 'த்' இறந்தகால விகுதியும் ஏழு
வினைவகைகளும் 124

3.9. தமிழ் மொழியின் மூவகை மொழிப் பண்புகள் 126

4. **மொழிமாற்றத்தின் காரணங்கள்** 130

4.1. செழுமைப்படுத்தலும் எளிமைப்படுத்தலும் 131

4.2. சொல்லாக்கமும் மொழிமாற்றமும் 133

    4.2.1 பெயரடையிலிருந்து பெயர்   134

    4.2.2. வினையிலிருந்து பெயர்   134

    4.2.3. பெயரோடு வினையை இணைத்து வினையை உருவாக்கல்   135

    4.2.4. பெயரடையோடு பெயரை இணைத்துப் புதிய சொல்லை உருவாக்கல்   135

    4.2.5. வேற்றுமை விகுதியோடு பெயரை இணைத்துப் புதிய சொல்லை உருவாக்கல்   135

  4.3. மொழிமாற்றத்தின் வகைகள்   136

    4.3.1. சொற்கள் விகுதியாகின்றன.   136

    4.3.2. பல்வேறு ஒலியன் விதிகளால் புதிய விகுதிகள் உருவாகின்றன.   136

    4.3.3. ஒரு பொருள் கொண்ட பல சொற்கள் ஏற்படுகின்றன.   136

    4.3.4. விகுதிகள் பல வழக்கிழந்து புதிய விகுதிகள் ஏற்படுகின்றன   137

      4.3.4.1. விரிவாக்கம்   137

      4.3.4.2. குறிப்புரைப்படுத்தல்   137

      4.3.4.3. உருவகவகைப் பயன்பாடு   138

      4.3.4.4. பழந்தமிழ்ப் பயன்பாடு   138

5. சங்க இலக்கியங்களின் வழித் தமிழ் மொழி, தமிழர்களின் வரலாறு   141

  5.1. தமிழ்ப் பண்பாட்டினைச் செம்மொழி இலக்கியங்கள் வழி அறிதல்   143

  5.2. இலக்கியங்களின் ஈர்ப்புத்தன்மை   145

பின்னிணைப்பு 1: ஒலியன் விதிகள்   149

மேற்கோள் நூற்கள்   154

  மூல நூற்கள்   154

  துணை நூற்கள்   155

முன்னுரை

பென்சில்வேனியாப் பல்கலைக்கழகத்தில் நான் எழுதிய 'திருமூலரின் திருமந்திரத்தின் தமிழ் நடைவழி அறியும் இடைக்காலத் தமிழ்' என்னும் முனைவர் பட்ட ஆய்வு நூல் சங்கத் தமிழ், இடைக்காலத் தமிழ், இக்காலத் தமிழ் என்னும் வேறு வேறு காலகட்டங்களில் வளர்ந்த தமிழை வரலாற்று நோக்கில் ஆய்ந்தறியும் ஆய்வு தேவை என்னும் முயற்சிக்குட்படுத்தியது. அம்முயற்சியின் தொடர்ச்சியே இந்நூல். குறிப்பாக, மணற்கேணியில் எழுதிய 'இடையின ஒலிகளின் விடுபடு விதிகளும் தமிழில் ஏற்பட்ட பெரிய மாற்றங்களும்' என்ற கட்டுரை தமிழ் மொழியை ஒலியன் விதிகள் வழி கூர்ந்து ஆய்ந்தறிய வேண்டும் என்னும் முயற்சிக்கு வித்திட்டது. அம்முயற்சியின் தொடக்கமே இந்நூலின் இரண்டாவது இயலின் முழுவடிவம் எனலாம். இத்தோடு மொழியியல் ஆய்வு இதழில் நான் எழுதிய 'ஒலியன் விதிகளின் சுழற்சிமுறை மாற்றங்கள்' என்ற கட்டுரையும் இம்முயற்சிக்கு வித்திட்டது. 'சொற்றொடர்', 'ஒண்ணுதல்' போன்ற சொற்களில் நடைபெறும் சுழற்சிமுறை ஒலியன் விதிகள் மூலம் இவற்றின் மூலச் சொற்கள் மறைந்திருப்பதுபோலப் பல தமிழ்ச் சொற்களின் இத்தகைய மாற்றங்களும் மொழியில் பல்வேறு மாற்றங்களை ஏற்படுத்தியிருப்பதை உணரலாம். இவ்வழியில் தமிழ் மொழியின் பல்வேறு மாற்றங்களை அறிய இவ்வகை ஒலியன் விதிகளை ஆவணப்படுத்த வேண்டும்

என்னும் முயற்சியில் ஈடுபட்டு உருவானதே இந்நூல். மொழி மாற்றங்கள் மறைமுகமாக மிகவும் மெதுவாக ஏற்படும். மாற்றம் முழுமையாக நிகழ்ந்த பிறகுதான் மாற்றங்களைப் பற்றி அறிய முடியும் என்ற நிலையில் அம்மாற்றங்கள்வழி மறைந்துவிட்ட மூலச் சொற்களும் மூல வடிவங்களும் நாம் அறிதற்கு இயலாமல் போகலாம். அச்சூழலில் மொழியின் வரலாற்றை உறுதியாக அறிவது இயலாததாக ஆகிவிடுகிறது. இக்காலத் தமிழ் மொழியில் வழங்கிவரும் 'ஆம்', 'லாம்', 'ஆது', 'கொள்', 'கொண்டிரு' போன்ற இன்னும் பல விகுதிகள் சங்கத் தமிழில் இருக்க வாய்ப்பில்லை. இவை உருவானதற்கு முக்கியக் காரணம் பல்வேறு ஒலியன் விதிகளே (ஆகும் > ஆம், அல் ஆகும் > லாம், 'ஆகாது > ஆது) என அறியும்போது ஒலியன் விதிகளை வரலாற்று மாற்றங்கள் அடிப்படையில் கூர்ந்து ஆய வேண்டும் என்னும் நிலை ஏற்படுகிறது. அவ்வகையில் இந்நூல் தமிழில் வழங்கிவரும் பல்வேறு ஒலியன் விதிகளைப் பற்றி விளக்குவதோடு அவ்வொலியன் விதிகள்வழி மாற்றங்கள் ஏற்படும் முன் வழங்கிவந்த வடிவங்கள், மாற்றங்கள் ஏற்பட்ட பிறகு வழங்கிவந்த வடிவங்கள் என்னும் இருவேறு சூழலைக் காட்டுகிறது. இத்தோடு இவ்விரண்டு வடிவங்களும் மயக்கமுற வழங்கிவந்த இடைக்காலத் தமிழின் நிலைகளையும் இலக்கியங்களிலிருந்து பல்வேறு எடுத்துக்காட்டுகளுடன் இந்நூல் விளக்குகிறது. புதிய விகுதிகளோடு 'அல்', 'அன்மின்', 'ஓர்', 'இன்', 'ஓள்' போன்ற பல விகுதிகளின் வழக்கு இழந்தமை குறித்தும் இந்நூல் மூன்றாவது இயலில் விளக்குகிறது. குறிப்பாக, மொழி மாற்றங்களின் பல்வேறு காரணங்கள் பற்றி நான்காவது இயலும் தமிழ்ப் பண்பாட்டின் மூலம் சங்கத் தமிழ் இலக்கியங்களே என்னும் கருத்தில் ஐந்தாவது இயலும் விளக்குகின்றன. மேலைநாட்டு இலக்கணங்களின் அடிப்படையில் தமிழில் ஒற்று மிகுதல், சில உருபனியல் விதிகளைப் புதுக் கண்ணோட்டத்தோடு விளக்குகிறது இந்நூல்.

இந்நூல் தமிழ் மொழி, தமிழ் மொழி வளர்ச்சி, வரலாற்று மாற்றங்கள் ஆகியன பற்றிய புரிதலுக்கு இன்னுமொரு ஆய்வுநூலாக இருக்கும் என எண்ணுகிறேன். இந்நூலில் விரிவாக விளக்கப்பட்டிருக்கும் ஒலியன், உருபனியல் விகுதிகளின் விதிகள் வழித் தமிழ் இலக்கியங்களை நன்கு அறிந்துகொள்ளும் வாய்ப்பு கிடைக்கும் எனவும் எண்ணுகிறேன்.

பிலடெல்பியா, அமெரிக்கா. **வாசு அரங்கநாதன்**
01.11.2023

நன்றியுரை

இந்நூல் குறித்து ஆய்வுசெய்ய ஊக்கமளித்தவர் பலர். மறைந்த பேராசிரியர் செ.வை. சண்முகம் இவர்களில் முதன்மையானவர். செம்மொழி, செம்மொழி இலக்கியங்கள், பக்தி இலக்கியங்கள், இக்காலத் தமிழ் இலக்கணம் எனப் பல்வேறு கண்ணோட்டங்களோடு தமிழை ஆய்வதோடு இவ்வாய்வுகளை இணைக்கும் முயற்சியே நமக்குத் தமிழ் பற்றிய சிறந்த புரிந்துணர்தலை அளிக்கும் எனத் தனது பல நூற்கள் வழியும் என்னுடன் உரையாடிய, பல உரையாடல்கள் வழியும் எனக்கு வலியுறுத்தியவர் செ.வை. சண்முகம். பேராசிரியர் இவரும் பேராசிரியர் சு. இராசாராம் அவர்களும் தந்த ஊக்கத்தில் எனது முதல் நூலான 'இலக்கியப் பயணங்களும் தமிழர் வரலாறும்' நூலைக் காலச்சுவடு பதிப்பகம் வெளியிட்டதை இங்கு குறிப்பிட விரும்புகிறேன். இலக்கிய ஆய்வாளர்கள், இலக்கிய மாணாக்கர்கள் அந்நூலுக்குத் தந்த வரவேற்பு எனக்குத் தொடர்ந்து தமிழில் நூற்கள் எழுத வேண்டும் என்னும் ஊக்கத்தை ஏற்படுத்தியது. மறைந்த பேராசிரியர் ஹெரால்டு ஷிஃப்மன் தமிழ் மொழியியல், தமிழ் கற்றல், கற்பித்தல், அகராதி ஆக்கம் என்னும் பல துறைகளில் என்னை முழுமூச்சாக ஈடுபடச் செய்தவர். அவருடன் இணைந்து பல ஆய்வுக்கட்டுரைகளை எழுதியதும் அகராதி, இலக்கணத்தை உருவாக்கியதும் தமிழின் ஆழத்தை அறிய பலவகையிலும் உதவியது. அவரின் சொற்றொடர் ஒலியனியல் தொடர்பான

ஆய்வும் என்னை இக்கால இலக்கணங்களின் நுணுக்கங்களை ஆய்ந்தறிய வழிவகை செய்தது. அவரது ஊக்கத்தின் வழியே ‘இக்காலத் தொல்காப்பிய மரபு’ என்னும் நூலை நியூ செஞ்சுரி பதிப்பகத்தாரின் வழி வெளியிட்டேன். இவ்விரு நூற்களும் வெளிவர முறையே பேராசிரியர்களான செ.வை. சண்முகம், சு. இராசாராம், ஹெரால்டு ஷிஃப்மேன் ஆகியோரின் ஈடுபாடே காரணம் என்றால் மிகையாகாது. இந்நூல் உருவாகும் நிலையில் என்னுடன் பல்வேறு கருத்துகள் குறித்துப் பல மணி நேரங்களைச் செலவிட்டுப் பல மாற்றங்களை ஏற்படுத்த வழிவகுத்தவர் பேராசிரியர் ஆ. கார்த்திகேயன். இவருடைய சங்க இலக்கியப் புலமையோடு பிராகிருதம் உட்பட்ட பல்வேறு நடைகள் பற்றிய புலமையும் எனக்கு இந்நூலை ஆழமாகச் சிந்திக்க வழிவகுத்தன. குறிப்பாக அவருடைய ‘மௌரியர் > மோரியர்’ என்னும் மாற்றம் பற்றிய கட்டுரை ‘ஔ’ ஒலி மாற்றத்தின் முழுத் தன்மையையும் அறிய வாய்ப்பளித்தது. எனது நூல் பற்றிய ஆய்வுக்குப் பல்வேறு வகையிலும் நேராகவும் மறைமுகமாகவும் உதவியவர்கள் பேராசிரியர்கள் மா. ஜெயகுமார், எல். இராமமூர்த்தி, அப்பாசாமி முருகையன், முனைவர் ந. கோவிந்தராஜன் ஆகியோர். இவர்களுடன் பல கட்டங்களில் மொழி, இலக்கியம், வரலாறு ஆய்வு பற்றிக் கலந்துரையாடும் வாய்ப்பு தமிழ் மொழி ஆய்வுக்கு முழுமையாக என்னை ஈடுபடுத்திக்கொள்ள வேண்டும் என்னும் ஊக்கத்தைக் கொடுத்தது.

இந்நூலையும் எனது முந்தைய நூலையும் சிறப்புறப் பதிப்பித்த காலச்சுவடு பதிப்பகத்தாருக்கு எனது மனமார்ந்த நன்றியைத் தெரிவித்துக்கொள்கிறேன். குறிப்பாக நண்பர் கண்ணன் அவர்களின் அயராத தமிழ்ப் பணியைப் பாராட்டுகிறேன். செ.வை. சண்முகம், சு. இராசாராம் ஆகியோர் அளித்த ஊக்கத்தோடு இந்நூலைப் பதிப்பிக்க முன்வந்து கண்ணன் அவர்கள் அளித்த ஊக்கத்தையும் நான் இங்கு நினைவுகூர விரும்புகிறேன். இம்மூவரின் முயற்சியின் வழியன்றி எனது ஆக்கப்பணியை நூலாக்க இயல்வது என்பது அரிதே!

தண்கதிர் மதியம் போலவும் தெறுசுடர்
ஒண்கதிர் ஞாயிறு போலவும்
மன்னிய பெரும நீவிர் நிலமிசை யானே.

பிலடெல்பியா, அமெரிக்கா. **வாசு அரங்கநாதன்**
01.11.2023

குறியீடுகள்	
அகம்.	அகநானூறு
ஆசாரக்.	ஆசாரக்கோவை
ஆத்தி.	ஆத்திசூடி
ஐங்.	ஐங்குறுநூறு
ஐந்தி.	ஐந்திணை ஐம்பது
ஒவி.	ஒலியன் விதி
கலி.	கலித்தொகை
குறுந்.	குறுந்தொகை
குறிஞ்.	குறிஞ்சிப்பாட்டு
சிவவாக்.	சிவவாக்கியம்
சிவஞான.	சிவஞானபோதம்
திருக்.	திருக்குறள்
திருக்கோவை	திருக்கோவையார்
திருப்.	திருப்பாவை
திருமந்.	திருமந்திரம்
திருவரு.	திருவருட்பா
திவ்யப்.	திவ்யப்பிரபந்தம்
தேவா.	தேவாரம்
தொல்.	தொல்காப்பியம்
தொல். எழுத்து.	தொல்காப்பியம், எழுத்ததிகாரம்

தொல். சொல்.	தொல்காப்பியம், சொல்லதிகாரம்
தொல். பொருள்.	தொல்காப்பியம், பொருளதிகாரம்
பதிற்.	பதிற்றுப்பத்து
பரி.	பரிபாடல்
நாச்சி	நாச்சியார்திருமொழி
நாலடி	நாலடியார்
நற்.	நற்றிணை
புறம்.	புறநானூறு
மலை	மலைபடுகடாம்
முனா.	முனாஜாத்துத் திரட்டு
சூளா	சூளாமணி
CHHS.	Ceńkam naṭukaṟkaḷ - Chenkam Hero Stones (Chhs)

1

தமிழ் மொழியின் வரலாறும் செம்மொழித் தமிழும்

தமிழின் வரலாறு சங்க இலக்கியங்கள் இக்காலம் வரையிலான பல காலகட்டங்களைக் கடந்துவந்துள்ளது. இவ்வரலாற்றைச் சரிவர அறிய செம்மொழி தொடங்கிய இலக்கியங்கள் வழித் தமிழ் மொழியின் பயன்பாட்டை வெவ்வேறு நிலையில் அவற்றில் வழங்கப்படும் சொற்கள், சொற்றொடர்கள், சொற்பொருட்கள், விகுதிகள் ஆகியனவற்றை நுணுக்கமாக ஆய்ந்தறிய வேண்டியிருக்கிறது. சங்க இலக்கியங்களின் மொழிப்பயன்பாடும் இக்கால மொழிப்பயன்பாடும் பலவாறு வேறுபட்ட நிலையில் இருப்பது போல் தோன்றினாலும் இவற்றுக்கிடையே ஒரு தொடர்ச்சி இருக்கிறது என்பது உறுதி. இத்தொடர்ச்சியை அறிய மொழியை ஒலியன் விதிகள், இலக்கணக் கூறுகள், சொல்லுருவாக்கம், இலக்கண உருவாக்கம் போன்ற மொழியியற் கருத்துகளின் அடிப்படை யில் ஆய்ந்தறிய வேண்டும். இம்முயற்சியை இந்நூல் செய்ய முனைகிறது. சங்க இலக்கியங்கள், இலக்கணங்கள் அடிப்படையில் எழுதப்படும், மேடைகளில் பேசப்படும் தமிழைச் செம்மொழித் தமிழ் நடை எனவும் பேச்சுத் தமிழோடு நெருங்கிய தொடர்புகொண்ட தமிழ் நடையை இலக்கிய நடை எனவும் இருவேறாகப் பிரித்தறியலாம். இவ்விரு நடைகள் தோன்றப் பல காரணங்கள் இருக்கின்றன. முக்கியமாக பாவிலக்கணத்தின் அடிப்படையில் இயற்றப்பட்ட செம்மொழி

இலக்கியங்களுக்கு இணையாகப் பேச்சு வழக்கு இல்லாததால் அவ்வழக்கு இலக்கணமும் இலக்கியமும் அறிந்தோரால் மட்டுமே பாடப்படும் அல்லது பேசப்படும் என்கிற நிலையில் செம்மொழி நடை தனது தனித்துவத்தைக் காட்டிவருகிறது. இதையன்றிப் பேச்சு வழக்கோடு நெருங்கிய தொடர்புகொண்ட இலக்கிய நடை இக்காலத் தமிழின் உரைநடையோடு இயைந்து எழுத்திலும் மேடைப்பேச்சிலும் வழங்கி வருகிறது. இவ்விரு நடைகளிடையே பல மாற்றங்கள் ஏற்பட்டன. எந்த மாற்றம் எப்பொழுது ஏற்பட்டது, ஏன் ஏற்பட்டது என்னும் உண்மைகளை அறியத் தமிழ் மொழியை முறையாக வரலாற்று நோக்கில், குறிப்பாக மொழியின் ஒலியன் விதிகளின் அடிப்படையில் அணுக வேண்டியது கட்டாயமாகிறது.

சங்கம், பக்தி, இக்கால இலக்கியத் தரவுகள் மட்டுமல்லாது ஓலைச்சுவடிகளில் எழுதப்பட்ட தமிழ், கல்வெட்டுகளில் எழுதப்பட்ட தமிழ், பத்தொன்பதாம் நூற்றாண்டிலிருந்து அச்சுப்பிரதிகளில் எழுதப்பட்ட தமிழ் எனப் பல்வேறு வகைத் தமிழ் நடைகளையும் ஒருங்கிணைந்து ஆய்ந்தறியும்போது தமிழில் வழக்கிழந்த சொற்கள், விகுதிகள், தொடரியல் அமைப்புகள், இக்காலச் சொற்கள், விகுதிகள், தொடரியல் அமைப்புகள் பற்றிய ஒரு தெளிவு ஏற்படுகிறது. தமிழ்ச் சொற்களில் ஏற்படும் பல்வேறு ஒலியன் விதிகள் வழி ஏற்பட்ட மாற்றங்கள் அனைத்தையும் முறைப்படி அறிவது, இவ்விதிகளின் வழி வேர்ச்சொற்களை அறிவது ஆகியன வரலாற்று மொழியியல் ஆய்வில் முக்கியமான ஒரு பகுதியாகும். ஒலியன் விதிகள் வழி மொழி மாற்றம் என்பது மிகவும் பிரபலமான ஒன்று என்னும் கருத்தை இந்நூல் வலியுறுத்துகிறது. எடுத்துக்காட்டாக, 'முதுவாய்க் கோடியர் முழவிற் றதும்பி' (குறுந். 78.2) என்னும் வரியில் வரும் 'முழவிற் றதும்பி' என்னும் செம்மொழி நடையில் வரும் இரு சொற்களை அறிய 'ல', 'த' முன் வரும்போது 'ற' ஆகும் என்னும் ஒலியன் விதியையும், அதைத் தொடர்ந்து 'ற' முன் வரும் 'த' 'ற' ஆகும் என்னும் இவ்விரு விதிகளையும் முறைப்படி அறிய வேண்டியிருக்கிறது. இதன்படி 'முழவில் ததும்பி' என்னும் இலக்கியத் தொடரை அறிய முடிகிறது. மொழி மாற்றம் என்பது இது போன்ற ஒரு சிறு மாற்றங்களில் தொடங்கித் தொடர்ந்து பரவி முழுமையடையும் தன்மையது. 'நன்னூல்', 'நன்மை' என்னும் சொற்களை நாம் 'நல்நூல்' எனவோ 'நல்மை' எனவோ அறியாமல் இவற்றைத் தனிச்சொல்லாகவே அறிகிறோம். இது போன்றே 'நன்றி' என்னும் சொல்லை 'நல்தி' எனவோ 'வெற்றி' என்னும் சொல்லை 'வெல்தி' எனவோ அறிவதில்லை. இப்படிப் பல மாற்றங்கள் தமிழில் ஒலியன் விதிகளின் வழி ஏற்பட்டிருக் கின்றன. இவற்றோடு ஏதாவதொரு கதையில் எழுத்தாளர்

ஒருவர் ஒரு புதிய சொல்லை அறிமுகப்படுத்தியிருக்கலாம்; செய்தித்தாள்கள் வழிப் புதுச் சொற்கள் நடைமுறைப்படுத்தப்பட்டிருக்கலாம்; அரசு ஆணைகள் வழிப் பல புதிய சொற்கள் அறிமுகப்படுத்தப்பட்டிருக்கலாம். இப்படிப் பல கரணங்களால் மொழி மாறும் தன்மையது. இவ்வகையில் நமக்கு மாற்றம் என்பது பரவலாக ஏற்பட்டவுடன்தான் நன்கு தெரியவருகிறது என்பதால் எந்த மாற்றத்துக்கு எந்தக் காரணம் வழிகோலியது, எங்கு ஏற்பட்டது என்பதைச் சரியாக அறிந்துகொள்வது மிகவும் கடினமாகிறது. சங்க இலக்கியத் தரவிலிருந்து இக்கால மொழித் தரவு வரை அனைத்தையும் மின்வழியாகக் கொண்டு வந்துள்ளமையால் சிறந்த தேடுபொறிகளின் வழி மொழி மாற்றங்களை எந்த மாற்றம் எப்பொழுது ஏற்பட்டது என்பதைச் சற்றுத் தெளிவாக அறிய இப்பொழுது வாய்ப்பு இருக்கிறது. இவ்வகையில் இம்முயற்சி செம்மொழித் தமிழ் இலக்கியங்களையும் தமிழ் மொழியையும் இக்கால உலகப் பொது இலக்கணங்கள், தொல்காப்பியம் போன்ற மரபு இலக்கணங்கள், தமிழ்த் தரவுகளைத் தேடல் எனப் பல கோணங்களில் ஆய்வு செய்ய முற்படுகிறது[1].

மொழி மாற்றங்களை உலக மொழிகளின் பொதுத்தன்மைகளின் அடிப்படையில் ஆய்ந்தறியும் ஜீன் ஐட்சிசன் தனது நூலில் வரலாற்று மொழியியலாரின் முக்கியப் பங்கு தொன்மையான உரைகள் பலவற்றையும் பேச வைப்பதோடு அவ்வுரைகளின் வழி அறியப்படும் பல உண்மைகளை நுணுக்கமான சிறு குறிப்புகள் வழி புலனாய்வு செய்வது போல் ஆய்ந்தறிவது மொழியின் மாற்றங்களை அறிய பல்வேறு வகையிலும் உதவும் என்கிறார். (Aitchison 2001:20). இந்தக் கருத்தைத்தான் தமிழ்க் கல்வெட்டியல் ஆய்வறிஞர் கராஷிமா (2001) அவர்களும் 'கல்வெட்டுகள் வழி முணுமுணுக்கும் உண்மைகளைக் காதுகொடுத்துக் கேட்டு ஆய்ந்தறியவேண்டும் என்கிறார்.

எடுத்துக்காட்டாக 'ஆச்சி' என்னும் சொல்லில் 'ச்சி' என்பது 'த்தி' என்பதின் அண்ண ஒலியாக்கத்தின் வெளிப்பாடு என்பதை

---

1. இவ்வாய்வு தமிழ் நூற்கள், பல்வேறு தமிழ் ஆய்வுகள், தமிழ்த் தரவுகள் போன்றவற்றைப் பயன்படுத்துவதோடு இணையம் வழித் தமிழை அறியப் பயன்படும் பல்வேறு இணையப் பக்கங்களையும் பயன்படுத்துகிறது. குறிப்பாக http://sangam.tamilnlp.com, http://sangam.tamilnlp.com/mp/json, https://suvadi.cict.in/ ஆகிய தமிழ்த் தரவுத் தேடல் இணையப் பக்கங்களையும் http://www.tamilvu.org/ta/library-libcontnt-273141, https://www.projectmadurai.org/ போன்ற மின்னூலகங்களையும் பல்வேறு கோணங்களில் பயன்படுத்துகிறது. இவை அனைத்தையும் தவிர பல்வேறு ஆண்டுக்கால ஆராய்ச்சியின் அடிப்படையிலான ஆசிரியரின் தமிழ்ப் புலமை மற்றும் தாய்மொழித் திறன் ஆகியவற்றையும் இந்நூல் முழுமையாகப் பயன்படுத்துகிறது.

அறிந்தவுடன் இதை அண்ண ஒலியாக மாற்றக்கூடிய 'இ' அல்லது 'ய்' என்னும் ஒலிகளை இச்சொல்லில் எதிர்பார்க்கிறோம். 'ஆச்சி' என்னும் சொல்லில் இவ்வொலி தென்படவில்லை. ஆனால் தமிழில் 'ய்' விடுபடு விதி ஒன்று இருப்பதால் 'ஆய்த்தி' என்பதே இச்சொல்லின் மூலச்சொல்லாக இருக்க வேண்டும் என்று ஊகித்து 'ஆய்த்தி' என்னும் மூலச்சொல்லை மீளுருவாக்கம் செய்ய முற்பட்டுச் சங்க இலக்கியத் தரவில் இச்சொல்லைத் தேடும்போது சங்கப் பாடல்களில் "ஆய்த்தி", "ஆய்" என்னும் சொற்கள் பல இடங்களில் வருவதைக் காண முடிகிறது. "ஆயர் எமர் ஆனால் ஆய்த்தியேம் யாம்", "மா மருண்டன்ன மழைக் கண் சிற்று ஆய்த்தியர்" (கலி. 18). இவ்வாறே 'பஃறொடை' என்னும் சொல்லை ஆய்வு செய்யும்போது 'ல்' 'ஃ'வாக மாறும் விதியையும் 'ஃ' 'த்'வை 'ற'வாக மாற்றும் இரு விதிகளையும் நோக்க வேண்டியுள்ளது. இவ்விதிகளின் வழி 'பல் தொடை' என்னும் பெயரடைப் பொருளை அறிய முடிகிறது. இவ்வழியிலேயே 'அஃறிணை' என்பது 'அல் திணை' எனவும் 'பஃறுளி' என்பது 'பல் துளி' எனவும் அறிகிறோம்.

இப்படிச் செம்மொழியிலும் (செழுமையான மொழி), இலக்கிய வழக்கிலும் பேச்சு வழக்கிலும் ஒலியன் விதிகளால் மாற்றம் கொண்ட பல்வேறு சொற்களையும் காண்கிறோம். 'செம்மொழி' என்னும் சொல்லை 'செழும்மொழி' என அறிந்து இச்சொற்களுக்கிடையே உள்ள உறவை நோக்கும்போது தமிழில் 'ழ'கரம் விடுபடு விதியை நாட வேண்டியுள்ளது. 'சோழநாடு > சோணாடு', 'தாழ்வாரம் > தாவாரம்' என்னும் சொற்களின் வழி 'செழும் > செம்' என்னும் பெயரடையின் உண்மைத் தன்மையை அறிய முடிகிறது. இவ்வகையிலேயே 'செம்புலப் பெயனீர் போல' என்னும் குறுந்தொகைப் பாடல் வரியையும் 'செழும்புலப் பெயல் நீர்' என அறிய 'ழகரம்' விடுபடு விதியையும் 'லகரம்' 'நகரம்' முன் 'னகரம்' ஆகும் இரு வேறு ஒலியன் விதிகளின் அடிப்படையில் ஆய்ந்தறிய வேண்டியுள்ளது. 'செழுமையான புலத்தில் பெய்யும் தெளிவான மழை நீரைப் போன்று உள்ள உள்ளத்தினர் இருவர் இணைந்தனர் என்பதைத்தான் இக்குறுந்தொகைப் பாடல் கூறுகிறதே தவிர 'செம்மண் நிலத்தில் கலந்த மழை நீர்' எனப் பொருள் கொள்வது தவறானதாகும். 'செவ்வானிற் செய்ய செழுஞ்சுடர் மாணிக்கமே' (திருமந். 130), கோலித்த குண்டலி யுள்ளேழுஞ் செஞ்சுடர் (திருமந். 580), 'சிந்தைசெய் அந்தணர் சேரும் செழும்புவி' (திருமந். 234) ஆகிய எடுத்துக்காட்டுகள் இங்கு நோக்கத்தக்கன. 'செம்' என்னும் பெயரடை 'சிகப்பு' என்னும் பொருளில் வரும்போது 'செம்நிலம்' என அறிந்து 'செந்நிலம்' எனும் மாறும் நிலையில் அறியலாம். 'செம்ஞாயிறு' என்பதை

'செஞ்ஞாயிறு' என அறியலாம். 'புலம்' என்னும் சொல்லை 'நிலப்பகுதி', 'நிலப்பரப்பு' என்னும் பொருளில் பயன்படுத்திச் செழுமையான நிலப்பகுதி என்னும் பொருளே மேற்படி குறுந்தொகைப் பாடலுக்குப் பொருத்தமானது எனக் கொள்ள வேண்டும்.

சொற்களின் வேர்ச் சொற்களையும் அவற்றின் பல்வேறு பயன்பாடுகளையும் அறியும் நோக்கில் வரலாற்று மொழியியல் ஆய்வு வழிச் சங்ககாலச் சொற்களையும் இக்காலச் சொற்களையும் இணைக்க முயல வேண்டும். இத்தகைய மீளுருவாக்க முயற்சிகள் வழி மொழியின் மாற்றங்களை ஆய்ந்துணர்வது வரலாற்று மொழியியல் ஆய்வில் ஒரு அங்கமாகும். தமிழின் செழுமையைத் தனது நூலின் அறிமுகத்தில் விளக்கும் மருதநாயகம், "வியக்கத்தக்க மிக நெடும் வரலாற்றுத் தன்மை கொண்ட தமிழ் மொழி இயற்கையாகப் பல்வகைத் திறன் கொண்ட வளம் மிக்கச் சொற்கள், தொடர்கள், வழக்குத் தொடர்கள், பழமொழிகள், வழக்காற்றுக் கூற்றுகள் ஆகியவற்றைக் கொண்டு மிகவும் சிறந்த உரையாடல் திறன் கொண்ட மொழியாக உருவாகியிருக்கிறது என்கிறார்"[2]. இப்படிப்பட்ட மொழியைச் சரியாக அறிந்து உணர வேண்டுமெனில் தாய்மொழிப் புலமை மட்டும் போதாது என்பது உண்மை. இதற்கும் மேலாக இம்மொழியைப் பல கோணங்களில் ஆய்ந்தறிவது இன்றியமையாதது. வரலாற்று நோக்கிலும் பல ஒலியன் விதிகளின் அடிப்படையிலும் ஏற்பட்ட மற்றங்களை அறிவது தேவை. இக்குறிப்பிட்ட முயற்சியில் இந்நூல் ஈடுபடுகிறது. இந்நூலின் முதல் இயலில் தமிழ் மொழியின் சூழலில் நிகழும் பல்வேறு மற்றங்கள் பற்றி விரிவாக எடுத்துரைக்கப்பட்டிருக்கிறது. இரண்டாவது இயலில் தமிழ் மொழியில் உள்ள அனைத்து ஒலியன் விதிகளும் தகுந்த எடுத்துக்காட்டுகளுடன் பட்டியலிடப்பட்டிருப்பதோடு சுழற்சி முறையில் நிகழும் தொடர் ஒலியன் விதிகளும் அங்கங்குச் சுட்டிக்காட்டப்படுகிறது. மூன்றாவது இயலில் இடைக்காலத்தமிழின் வழி ஏற்பட்ட பல்வேறு உருபுகள், தொடர்களில் ஏற்பட்ட மற்றங்களை விளக்கியிருப்பதோடு தமிழ் எப்படி ஒட்டுமொழியாக மாறியது என்னும் விளக்கங்களும் கொடுக்கப்பட்டிருக்கின்றன. நான்காவது இயலில் தமிழில் ஏற்பட்ட மாற்றங்களுக்கான காரணங்கள் மொழியியல் கொள்கைகளின் வழி விளக்கப்பட்டிருக்கிறது. ஐந்தாவது இயல் சங்கத் தமிழ் இலக்கியங்களையும் இக்காலத்

2. *"Over an incredibly long period of its exis tence Tamil has naturally gathered a cornucopia of words, phrases idioms, proverbs, and sayings enriching and enabling it to become a marvelous medium of expression." (Marudanayagam, 2010, p. xv).*

தமிழ்ப் பண்பாட்டையும் இணைக்கும் வழிமுறைகளை எடுத்தியம்புகிறது.

1.1. தமிழ் மொழியின் ஒலியன் விதிகளும் மொழி மாற்றமும்

மொழியின் மாற்றத்துக்குப் பல காரணங்கள் உள்ளன. தமிழ் மொழியைப் பொறுத்தவரையில் இலக்கிய வழக்கு, பேச்சு வழக்கு என இருவழக்குகள் சங்ககாலந்தொட்டு இருந்து வருவதும் பேச்சு வழக்குச் சொற்களை இலக்கிய வழக்காகப் பயன்படுத்தும்போது மொழியில் பல மாற்றங்கள் ஏற்படுகின்றன. இதன் காரணமாகச் சொற்கள் வழக்கிழந்துவிடுகின்றன; புதுச் சொற்கள் உருவாகின்றன; அயல்மொழிச் சொற்கள் மொழியின் அடிப்படைச் சொற்களை மாற்றுகின்றன; ஒரு சொல்லில் பல்வேறு ஒலியன் விதிகள் நிகழ்ந்து பல்வேறு பேச்சு வழக்குச் சொற்களை உருவாக்குகின்றன. இப்படிப் பல காரணங்களால் மொழியில் மாற்றத்தைக் காண்கிறோம். தமிழ் மொழியில் நிகழும் ஒலியன் விதிகளை அறுதியிட்டு அவற்றின் அடிப்படையில் சொற்களை ஆய்வது மொழி வளர்ச்சியை அறிய இன்றியமை யாத ஒன்றாக ஆகிறது. இக்காலத் தமிழில் அடிக்கடி பயன்படுத்தப்படும் பேச்சு வழக்குச் சொற்களின் மூலம் என்ன என்பதை அறிய அவற்றில் நிகழ்ந்த ஒலியன் விதிகளைக் கண்டுபிடிக்க வேண்டும். 'பசங்க' என்று பயன்படுத்தப்படும் சொல் 'பையன்கள்' என்னும் சொல்லிலிருந்து பல்வேறு ஒலியன் விதிகளின் வழி வந்திருக்கிறது என்பதை அறியத் தமிழின் ஒலியன் விதிகள் அனைத்தையும் பட்டியலிட்டு மொழி ஆய்வில் உட்படுத்த வேண்டும். 'பையன்கள்' என்னும் சொல்லில் 'ய' கரம் 'ச'கரமாக அண்ண ஒலியாக்கம் வழி மாறி, 'ஐ' 'அ'வாக ஐகாரக் குறுக்கம் வழி மாறி, 'ன்' 'க'வுடன் ஒலிப்பு முறையில் உடன்பட்டு 'ங'வாக மாறிப் பின்னர் 'ள்' விடுபட்டுப் 'பசங்க' என்னும் சொல்லைப் பயன்படுத்துகிறோம். எவ்வளவு மாற்றங்கள்! இவ்வகை மாற்றங்களை அறியக் குறிப்பாகத் தமிழில் உள்ள ஒலியன் விதிகளின் புலமை தேவைப்படு கிறது. இந்தச் சொல்லை யாரும் உருவாக்கவில்லை, ஆனால் இயற்கையாக நடக்கும் இது போன்ற ஒலியன் விதிகளின் வழி இவ்வகைச் சொற்கள் உருவாகியுள்ளன. இத்தகைய மாற்றங்கள் மொழியில் பல்வேறு ஒலிகளினிடையே ஒன்றுக்கொன்று உள்ள தொடர்பின் வழி இயற்கையாக நிகழும் மாற்றங்களாகும். இது இன்று நேற்று நடக்கவில்லை சங்ககாலந்தொட்டே நிகழ்ந்து வருகிறது. இம்மாற்றங்களை உறுதிப்பட அறிய வரலாற்று மொழியியல் ஆய்வு இன்றியமையாததாகும். குறிப்பாக வரலாற்று மொழியியலில் மீளுருவாக்க (*reconstruction*) முயற்சிகளைச் செய்தல் தேவை. இருவேறு மொழிகளினிடையே

உள்ள தொடர்பை அறிந்து மூல மொழியின் தன்மையை அறியும் முயற்சியை வெளிப்புற மீளுருவக்கம் *(external reconstruction)* எனலாம். ஒரு மொழிக்குள்ளேயே சொற்களில் ஒலியன் விதிகள் வழி ஏற்பட்ட மாற்றங்களின் அடிப்படையில் மூலச்சொற்களை அறிவது என்பதை உட்புற மீளுருவாக்கம் *(internal reconstruction)* எனலாம். இந்நூல் உட்புற மீளுருவாக்க முயற்சியின் வழித் தமிழ்ச் சொற்களின் தன்மையையும் சங்க காலத்திலிருந்து இக்காலம் வரை ஏற்பட்ட மொழி மாற்றங்களையும் அறிய முற்படுகிறது.

ஒவ்வொரு காலகட்டத்திலும் பயன்படுத்தப்பட்ட மொழியை ஆய்ந்து வெவ்வேறு நடைகளுக்கிடையே உள்ள வேறுபாட்டை அறிந்து மொழியியல் பண்புகள் அனைத்தையும் அலசி மாற்றங்களை அறிவது அவசியமாகிறது. இம்மாற்றங் களை அறிவதன் மூலம் மொழியின் எதிர்கால மாற்றங்களை மொழித் திட்டமிடல், சொல் உருவாக்கம், மொழிப்பயன்பாட்டை வரையறுத்தல் போன்ற செயல்பாடுகளில் ஈடுபட்டு மொழியின் தரத்தை நடைமுறைப்படுத்த முடியும். முதலில் இது பற்றி அறிவது. இதன் முக்கியத்துவத்தை முழுமையாக அறிவது. இதற்கான சரியானை திட்டமிடுதல் இவை அனைத்தும் சரியாக நிகழுமா? இவையெல்லாம் கேள்விக்குறியனவே. ஆனால் இவற்றைச் செயற்படுத்துவது என்பது மொழியின் வளர்ச்சிக்கு வித்திட விரும்பும் அனைவருக்கும் ஒரு சவால்தான்.

தொல்காப்பிய இலக்கணத்தில் பல ஒலியன் விதிகளைக் காண்கிறோம். அவ்வொலியன் விதிகளின் அடிப்படையிலேயே பத்தொன்பதாம் நூற்றாண்டுவரை எழுதிவந்துள்ளனர் என்பதை அறிகிறோம். எடுத்துக்காட்டாக, லகரம் மூக்கொலிகளாகிய 'ம', 'ந' போன்றவை முன் னகரமாக மாறுவது இவ்வகை விதிகளில் ஒன்று. இம்மாற்றத்தை ஒலிப்புமுறை உடன்பாட்டு விதி எனலாம். அதாவது ஒரு ஒலி மற்றொரு ஒலிக்கு முன் வரும்போது பெரும்பாலும் வருமொழி ஒலியின் ஒலிப்பு முறைக்கு ஏற்றவாறு மாறும் தன்மை இயற்கையாக நிகழும் மொழியியற் பண்பு. இதன் அடிப்படையிலேயே 'பன்மை', 'தொன்மை', 'நன்னூல்' போன்ற சொற்களைப் பயன்படுத்தி வருகிறோம். இவை முறையே பல்+மை, தொல்+மை, மற்றும் நல்+நூல் என்னும் இணைப்பில் 'ல'கரம் மூக்கொலிக்கு உடன்பட்டு 'ன'கரமாக மாறுகிறது. இதன் அடிப்படையில் இலக்கியச் சொற்களும் பேச்சு வழக்குச் சொற்களும் அவை குறிப்பிட்ட மாற்றம் அடைந்ததற்கான காரணத்தை அறிய வேண்டுமெனில் மேற்படி ஒலியன் விதிகளைப் பற்றி அறிந்திருக்க வேண்டி யிருக்கிறது. இல்லையெனில் பல், தொல், நல் போன்ற

வேர்ச்சொற்களைப் பற்றி அறிய வாய்ப்பில்லை. இவ்வாறே 'நல்+தி' 'நன்றி' எனவும், 'வெல்+தி' 'வெற்றி' எனவும் அறிய 'ல' முறையே 'ன்' ஆகவும் 'ற்' வாகவும் மாறும் ஒலியன் விதியையும், 'த' 'ற'வாக மாறும் ஒலியன்விதியையும், 'ற' 'த'வை 'ற'வாக மாற்றும் விதியையும் முறைப்படி அறிய வேண்டும்.

மூக்கொலிகள் முன் லகரம் னகரமாவது 'மூக்கொலி உடன்பாடு' *(nasal assimilation)* அடிப்படையில் உருவாகிறது. ஒரு மூக்கொலிக்கு முன் இடையின ஒலியாகிய 'ல' வரும்போது அது மூக்கொலியாகிறது. இதோடு இடையின வகை ஒலிகளாகிய 'ய', 'வ', 'ழ' மற்றும் உரசொலியாக வரும் 'க' ஆகியன இரு உயிருக்கு இடையில் வரும்போது அவை விடுபடும் தன்மை தமிழில் உண்டு. எடுத்துக்காட்டாக,'சுகமாக' என்னும் சொல்லில் உள்ள 'க' விடுபடு விதியைத் தொடர்ந்து 'ம்' இரட்டிப்பு ஒலி நிகழ்ந்து 'சும்மா' என்று வருவதையும், 'ஆகும் ஆகும்' என்னும் தொடரில் 'க' விடுபட்டு 'ஆமாம்' என வந்துள்ளதையும் விளக்க வேண்டுமெனில் சொல்லில் தொடர்ச்சியாக நிகழும் இவ்வகை ஒலிமாற்றங்களைப் பற்றி அறிய வேண்டும். 'வரலாகாது' என்று கூறும் வழக்கம் பத்தொன்பதாவது நூற்றாண்டு வரை இருந்து வந்துள்ளது. ஆனால் 'க' விடுபடு விதி மற்றும் 'அல்' அமைப்பு மருவி 'வராது' என்னும் அமைப்பு இப்பொழுது சரளமாகப் பயன்பட்டு வருகிறது. 'கருணையுறதருணமிதுசரணகதியண்டினேன்' (முனாஜாத்துத் திரட்டு, பக். 7) என்பது போன்று சொற்களுக் கிடையில் எந்த இடைவெளியுமில்லாமல் எழுதிவந்த வழக்கைக் கல்வெட்டுகளிலும், பத்தொன்பாதாம் நூற்றாண்டு நூற்களிலும் நிறைய காண்கிறோம். இவ்வடிவத்தில் ஒலியன் விதிகள் பல செயல்படவில்லை. 'ய' உடன்படு மெய் செருகல்விதிதான் பயன்பட்டுள்ளது. மற்றபடி இங்கு 'கருணை', 'உறு', 'தருணம்', 'இது', 'சரண' 'கதி', 'அண்டு' என்னும் சொற்கள் பயன்பட்டுள்ளன என்பதைத் தமிழில் ஓரளவுக்குப் புலமை உள்ளவர்களால் அறிய முடியும். ஆனால்

> தண்பளிங்குமாடமதிற்றையலுலவுந்தோற்றங்
> கண்படியும்பண்ணையெனக்கண்டமக்கா (முனா., பக். 9)

என்பது போன்று எழுதப்பட்டிருக்கும் வரிகளைப் படிக்கப் பல ஒலியன் விதிகளின் தன்மையை அறிய வேண்டியது அவசியமாகிறது. 'தண்', 'பளிங்கு', 'மாடம்', 'மதில்', 'தையல்', 'உலவும்', 'தோற்றம்', 'படியும்', 'பண்', 'என', 'கண்ட', 'மக்கா' என்னும் சொற்களைப் பிரித்தறிவதோடு 'ம்' 'ங்' ஆக மாறுவது, 'க' ஆக மாறுவது, 'ல்' 'ற்' ஆக மாறுவது போன்ற ஒலியன் விதிகள் வழி ஒவ்வொரு சொல்லையும் தெரிந்துகொள்ள வேண்டியிருக்கிறது.

‘மதில்+தையல் >மதிற்+தையல் >மதிற்றையல்’ என்னும் சுழற்சி முறை மாற்றத்தை அறியவில்லை எனில் இதில் உள்ள ‘தையல்’ என்னும் சொல்லை அறிந்துகொள்ள முடியாது. ‘தோற்றங்கள்+படியும்’ என்பது ‘தோற்றங்கண்படியும்’ என மூக்கொலி உடன்பாடு கொண்டு ‘ள்+ப் >ண்ப’ என விளக்க வேண்டிய சூழலையும் இங்குக் காணலாம். இங்கு ‘கண்’ என்னும் பகுதி ‘கள்’ என்னும் விகுதியின் மூக்கொலி உடன்படு விதியால் வந்திருக்கிறது. இது போன்று எழுதும் முறை பக்திகாலத்துக்குப் பின்னால் நிறைய பயன்பாட்டில் இருந்திருக்கிறது. இதற்குக் காரணம் தொல்காப்பியம், நன்னூல் விதிகளே எனலாம். இலக்கணம் முழுமையாக உருவான சங்ககால இறுதியில் இலக்கணப்படி எழுதும் முறை அதிக கவனத்துக்கு வந்துள்ளது எனலாம். இச்சூழலைப் பத்தொன்பதாம் நூற்றாண்டில் ஆங்கிலேயர்கள் தமிழ்ச் சொற்களைச் சரியாகப் பிரித்தறிய எடுத்துக்கொண்ட முயற்சி களைப் பற்றி எழுதும் கோவிந்தராஜனின் “மொழியாகிய தமிழ் (பக். 122)” நூலிலும் காணலாம். பாபிங்டன் சந்தி பற்றிக் கூறும் இடத்தைச் சுட்டிக்காட்டும் கோவிந்தராஜன், “ஏதோவந்தப்பொல்லாப்பென்ன” என்னும் எடுத்துக் காட்டைச் சுட்டுகிறார். பாபிங்டன் இதில் இருவகை புரிதலைக் கூறுகிறார்: அ) ‘ஏதோ அந்தப் பொல்லாப்பு என்ன’, ஆ) ‘ஏதோ வந்தப் பொல்லாப்பு என்ன’ ஆகியன அவை. அ) சரி என்பதற்குப் பாபிங்டன் கூறும் உத்தி ‘வ’ என்பது ‘ஓ’ மற்றும் ‘அ’ இடையே ஏற்பட்ட செருகல் விதியினடிப்படையில் வந்தது என்பது. அதனால் இதுவே சரி என்கிறார். இரண்டாவது முறை தவறு என்பதற்கான காரணம், “வந்தப்பொல்லாப்பு” என்பதில் பெயரெச்சத்துக்குப் பின் ‘ப்’ வர வாய்ப்பில்லை என்பதே. இப்படிப்பட்ட எழுத்துமுறையைச் சரியாக அறிந்துகொள்வ தற்குத் தமிழில் உள்ள அனைத்து ஒலியன் விதிகளையும் பல்வேறு கோணங்களில் பயன்படுத்த வேண்டும் என்பதோடு அவை நிகழ்வதற்கான மொழியியல் அடிப்படையிலான காரணங்களையும் அறிய வேண்டியது அவசியமாகிறது.

மரபு இலக்கணங்கள் வழி இத்தகைய ஒலியன் விதிகள் மூலம் வெளிப்படும் வழக்கை மரூ எனவும் கூறுகின்றனர் (காண்க சூரியநாராயண சாஸ்திரியார் 1903, பக். 81). ஒலியன் விதிகட்குட்பட்டு வழங்கப்பட்டு வரும் பேச்சு வழக்கை நன்னூல் வழி ‘மரூ’ என விளக்கும் சூரியநாராயண சாஸ்திரியார் தோன்றல், திரிதல், கெடுதல், நீளல், நிலைமாறுதல் என ஐந்து வகை மரூக்களை விளக்குகிறார். ‘யாவது’ (ய தோன்றல்), ‘மாசி’

(த சவாக திரிதல்), 'ஆனை' (ய கெடுதல்), 'பேர்' (எ ஏவாக நீளல் – பெயர் > பேர்), 'விசிறி' (விரிசி > விசிறி என நிலை மாறுதல்)[3] ஆகிய சொற்களை இவ்வைந்து வகை மரூச் சொற்களாக விளக்குகிறார் சூரியநாராயண சாஸ்திரியார்.

"அ ஐ முதலிடை யொக்குஞ் சஞயமுன்"

"ஐகான் யவ்வழி நவ்வொடு சில்வழி
ஞஃகா னுறழு மென்மரு முளரே"

என்னும் நன்னூல் நூற்பாவைச் சுட்டிக்காட்டும் சூரியநாராயண சாஸ்திரியார் இவ்வகை நூற்பாக்களை மொழி முதற் போலி, மொழியிடைப் போலிகளை வகுத்துரைக்குஞ் சூத்திரவிதிகள் என்கிறார். இத்தைகைய கருத்துகள் இலக்கியத் தமிழைத் தூயத் தமிழாகவும் பேச்சு வழக்கை மரு எனவும் கருதியதால் வெளிப்பட்டன எனலாம். இக்கால மொழியியற் கொள்கைகளைக் கூர்ந்து நோக்கும்போது இலக்கிய வழக்கு, பேச்சு வழக்கு, செம்மொழி வழக்கு என்பன இயல்பாக மொழியில் பல்வேறு ஒலியன் விதிகள் சொல்லில் நிகழ்வதால் ஏற்படும் மாற்றங்கள் என்றே கொள்ள வேண்டும் என்பதை அறிகிறோம். பேச்சு வழக்கு, வட்டார வழக்கு, இலக்கிய வழக்கு என்பன உலகில் அனைத்து மொழிகளிலும் நிகழ்வன என்பதையும் கருத்தில் கொள்ள வேண்டும். (காண்க *Jeffers and Lehiste 1980, Campbell 1999* மற்றும் *Lehman 1962*). சூரியநாராயண சாஸ்திரியார் சுட்டிக்காட்டும் 'தோன்றல்', 'திரிதல்', 'கெடுதல்', 'நீளல்', 'நிலைமாறுதல்' ஆகியன ஒலியன் விதிகளால் நிகழும் அடிப்படை மாற்றங்கள். இம்மாற்றங்களை மொழிகளில் பல நிலைகளில் காணலாம். மொழி மாற்றத்துக்கு அடிப்படையான இவ்வகை ஒலியன் விதிகளைப் பட்டியலிடும்போது மொழி வளர்ச்சியின் வெவ்வேறு நிலைகளை அறிய முடிகிறது. மொழியின் பல்வேறு மொழி நடைகள் ஏற்பட மூலமொழியில் ஏற்படும் பல்வேறுவிதமான ஒலியன் விதிகள்தான் காரணம். இவற்றை 'வட்டார வழக்குகள்' என அறிகிறோம். எடுத்துக்காட்டாக, 'வந்துகொண்டிருக்கிறேன்' என்னும் சொல் 'வந்துக்கிட்டிருகேன்', 'வந்துண்டிருக்கேன்', 'வந்துணிருக்கேன்', 'வந்துட்டிருக்கேன்' என வெவ்வெறு வட்டார வழக்குச் சொல்லாக மாறுவதற்கு முக்கியக் காரணம் மூலச் சொல்லில் ஏற்பட்ட பல்வேறு ஒலியன் விதிகளே. 'ண்ட்' என்னும் அமைப்பு 'ட்ட்' 'ணி', 'ண்ட்' என வெவ்வேறாக மாறுவது

3. 'விசிறி' > விரிசி என்பது இக்காலத் தமிழில் வழக்கத்தில் இல்லையெனிலும் 'குருது' > குதுரு; குமுறு > குறுமு போன்ற சொற்களை இதற்கு ஈடாகக் கொடுக்கலாம். 'குருது' மற்றும் 'மணகுதுரு' ஆகிய இரு சொற்களை ராஜ சேகரன் நாயர், ராஜா & சுந்தரபாலு (2022: பக். 118, 264) வட்டார வழக்குச் சொற்களாகச் சுட்டிக்காட்டுகிறார்கள்.

வெவ்வேறு ஒலியன் விதிகளின் வழியே மாறாக ஒன்றைச் செந்தமிழ் என்றும் மற்றொன்றைக் கொடுந்தமிழ் (காண்க Beschi 1822 மற்றும் 1848) எனவும் பாகுபாடு செய்வது இந்நடைகளில் சிலவற்றை வழூ எனவும் மரூ எனவும் கூறுவதேயாகும்.

வரலாற்று மொழியியல் ஆய்வு என்பது தமிழ் மொழியில் வழங்கிவரும் ஒலியன் விதிகளைப் பற்றி அறிவதோடு இவ்வொலியன் விதிகள் எப்படிச் சுழற்சி முறையில் சொற்களை உருவாக்குகின்றன என்பதையும் அதற்கான காரணங்களையும் அறிவதான ஆய்வாகும். தமிழ் மொழி மட்டுமல்லாது உலகமொழிகள் பலவற்றிலும் நிகழும் அண்ண ஒலியாக்கல் *(palatalization)*, இடையின ஒலிகளின் விடுபடு விதி *(lenition)*, மூக்கொலியாக்கல் *(nasalization)* போன்ற பொது ஒலியன் விதிகளைப் பற்றிப் படிப்பது என்பது ஒரு புறம்; அத்தைகைய விதிகள் ஏன் நிகழ்கின்றன என்னும் காரணங்களை அறிய வேண்டியது மறுபுறம். எளிமையாக்கம் *(simplification)*, ஒலிகளின் உடன்படும் தன்மை *(assimilation)*, வட்டார வழக்கு உருவாதல் *(dialect formation)*, மயக்கம் தவிர்த்தல் *(disambiguation)*, ஒலிகள் உருவாகும் இடத்துக்கு உடன்படுதல் *(assimilation to place of articulation)*, ஒலிகளின் உருவாக்கும் விதத்துக்கு ஏற்றவாறு ஒரு ஒலி இன்னொரு ஒலியாக மாறுவதை உச்சரிப்புக்கு உடன்படுதல் *(assimilation to manner of articulation)* எனப் பல்வேறு காரணங்களைக் கூறலாம். இது போன்று ஒலியன் விதிகள் மட்டுமன்றி அவை நிகழ்வதற்கான பல காரணங்களையும் மொழியியல் நோக்கில் ஆய்ந்தறிவது வரலாற்று மொழியியலின் உள்நோக்கம் எனலாம். 'புதுசு' எனப் பரவலாக வழங்கிவரும் சொல்லை வரலாற்று முறையில் ஆய்ந்தறியவேண்டுமெனில் 'புதிது' என்னும் சொல்லில் தொடங்க வேண்டும். 'தி'யில் இருக்கும் 'இ' அதற்கும் முன் வரும் 'து' என்னும் முன்பல் வெடிப்பொலியை 'சு' என்னும் அண்ண வெடிப்பொலியாக ஆக்குகிறது. இதைத் தொடர்ந்து 'இ' 'து'வில் இருக்கும் 'உ' என்னும் உயிருக்கு உடன்பட்டு 'து' என ஆகிறது. இந்த மாற்றங்களை அறிய நாம் சங்ககால இலக்கியங்களில் இச்சொல் வரும் இடங்களை அறிய வேண்டும். 'பூவின் அன்ன நலம் புதிது உண்டு' (நற்றிணை 16), 'தோள்புதிது உண்ட ஞான்றை' (அகம் 320) ஆகிய பாடல் வரிகளில் இச்சொல் பயன்பட்டு வந்திருப்பதைக் காணலாம். இதன் வழி இக்காலப் பேச்சுவழக்கில் இச்சொல்லில் நடந்த அண்ண ஒலியாக்கம் பற்றி அறிய முடிகிறது. 'புதிது', 'புதுசு' ஆகிய சொற்களைத் தொடர்புபடுத்த முடிகிறது. இது போன்றே 'பெரிது', 'பெருசு'; 'பழையது', 'பழசு' ஆகிய சொற்களையும் விளக்க வேண்டும். பெரும்பாலான தமிழ்ச் சொற்கள் ஓரசையில்

இருப்பதைச் சங்கத்தமிழ்த் தரவை ஆய்ந்தறியும்போது உணரலாம். புத்–, நல், தண், அல், இல், பெரி, அரி போன்ற ஓரசை பெயரடைகளைக் கொண்டு பல பெயர்களையும் வினைகளையும் உருவாக்கும் முறையைச் சங்கத் தமிழில் பரவலாகக் காணலாம்.

தமிழைப் பொருத்தவரையில் பேச்சு வழக்குக்கான சொற்களை உருவாக்கும் ஒலியன் விதிகள், இலக்கிய வழக்குக் கான சொற்களை உருவாக்கும் ஒலியன் விதிகள் என இருவேறு விதிகளைப் பிரித்தறிய வேண்டிய சூழல் இருக்கிறது. ‘கல்+காலம் > கற்காலம்’, ‘உள்+கருத்து > உட்கருத்து’ போன்ற சொற்களில் ஏற்படும் மாற்றம் வழி இலக்கியச் சொற்களைப் பெறுகிறோம். இவை பேச்சு வழக்கில் பயன்படுத்தப்படுவதில்லை. மாறாக ‘படி+த்த்+ஏன் > படிச்சேன்’, ‘ஆயிற்று > ஆச்சு’ ஆகிய மாற்றங்கள் பேச்சுவழக்குச் சொற்களையே உருவாக்குகின்றன. இவை இலக்கிய வழக்கில் பயன்படுத்தப்படுவதில்லை. இருப்பினும் சங்கப் பாடல்களைக் கூர்ந்து நோக்கும்போது சங்கப் புலவர்கள் பேச்சுவழக்குச் சொற்களையும் தங்கள் பாடல்களில் அங்கங்கே பயன்படுத்தி வந்துள்ளமையை அறியலாம். ‘பொழுது’ என்னும் சொல்லில் ‘ழ’ விடுபடு விதியைத் தொடர்ந்து ‘போ’ எனும் நீட்டிப்பு ஏற்பட்டு ‘போது’ எனப் பேச்சு வழக்கில் பயன்படுத்தி வருகிறோம். ‘பொழுது’, ‘போது’ ஆகிய சொற்களைச் சரளமாகப் பேச்சு, இலக்கியத் தமிழில் காண்கிறோம்.[4] இவ்வகையில் மூன்று வகை ஒலியன் விதிகளை அவை உருவாக்கும் சொற்களை வைத்துப் பிரிக்க வேண்டியிருக்கிறது.

இதோடு ‘கல்+காலம் > கற்காலம்’ என்ற அமைப்பில் ஒலியன் விதி முதற்சொல்லின் இறுதி ஒலியை மாற்றியிருக்கிறது. இரண்டாவது சொல் மாறவில்லை. இதைப் பிற்போக்கு உடன்படு விதி *(regressive assimilation)* எனச் சொல்லலாம். ஆனால் ‘திண்+தேர் > திண்டேர்’ என்னும் மாற்றத்தில் ஒலியன் விதி வருமொழிச் சொல்லின் முதலெழுத்தை மாற்றுகிறது. முதலெழுத்தில் எந்த மாற்றமும் இல்லை. இவ்வகை மாற்றங்களை முற்போக்கு உடன்படு விதி *(progressive assimilation)* எனக் கூறலாம். இதோடு ‘நல் + தாள் > நற்றாள்’ என்னும் மாற்றத்தில் இரண்டு சொற்களின் எழுத்துகளும் மாறியிருப்பதைக் காணலாம். இவ்வகை அமைப்பில் இரண்டு வகை ஒலியன் விதிகளும் சுழற்சி முறையில் ஏற்பட்டிருக்கின்றன. ‘நல்+ தாள்’ முதலில் ‘நற் +தாள்’ என மாறிப் பின்னர் ‘நற்றாள்’ என மாறியுள்ளது.

---

4. ஞான்று என்ற சொல்லையும் போது என்னும் சொல்லுக்கு ஈடாகப் பயன்படுத்திவந்துள்ளமையையும் நோக்க வேண்டும். (எடு. தெறிந்த ஞான்று சிரிகங்கரைசரு - (*CHHS*.1971–100), நீங்கான் வெகுளி நிறையிலன் எஞ்ஞான்றும் / யாங்கணும் யார்க்கும் எளிது. திருக். 864).

'ல்' வெடிப்பொலிக்கு முன் 'ற்' ஆக மாறுவதை 'பற்பொடி', 'கற்காலம்' போன்ற சொற்களில் காண்கிறோம். ஆனால் 'த்'வுக்கு முன் நிகழும் இவ்வொலியன் மாற்றம் 'த்'வையும் 'ற'வாக மாற்றும் பிற்போக்கு நிலை 'நற்றாள்', 'சொற்றொடர்' போன்ற சொற்கள் வழி அறிகிறோம். அதோடு 'க', 'ச', 'ப' போல் இல்லாமல் 'த'வும் மாறுகிறது என்பதை 'திண்டேர்', 'நற்றாள்' போன்ற சொற்கள் வழி அறிகிறோம். இத்தகைய பண்புகளோடு அடுக்கடுக்காக நிகழும் இது போன்ற மாற்றங்களை வரலாற்று மொழியியல் அடிப்படையில் தமிழ் மொழியை ஆய்வு செய்யும்போது கருத்தில் கொள்ள வேண்டியிருக்கிறது. இதன் அடிப்படையில்தான் நாம் 'வெற்றி', 'கற்றல்', 'முயற்சி' போன்ற சங்ககாலச் சொற்களின் வேர்ச்சொற்களை அறிய முடிகிறது. இங்கு 'வெல்'+'தி', 'கல்'+'தல்', 'முயல்'+'தி' ஆகிய வேர்ச்சொற்கள் 'ல'கரம் 'ற'கரமாகும் ஒலியன் விதியிலிருந்து வந்திருக்கிறது என்பதை எளிதாக அறிய முடிகிறது. இச்சொற்களில் முற்போக்கு, பிற்போக்கு நிலையில் ஒலி மாற்றங்கள் நிகழ்ந்திருப்பதைக் காணலாம். 'த' வை அடிப்படையாகக்கொண்ட விகுதி மறைந்துவிடுவதை நோக்கும் போது பல சொற்களின் வேர்ச்சொற்களை அறிவது கடினமாகிறது. 'ஆண்டாள்', 'கொண்டேன்', 'நீண்டது' போன்ற முதல் வினை அமைப்புகளை இவ்வழியில்தான் அறிகிறோம். 'ஆள்+த்+ஆள் > ஆண்+த்+ஆள் > ஆண்டாள்' என மாறுவதை விளக்கி 'ஆள்', 'கொள்', 'நீள்' போன்ற வினைகளை ஏழு வினைவகைகளில் முதல் வகையாகக் கொள்கிறோம். சில சங்ககாலப் பாடல் வரிகளில் 'தி' என்பதைக் கட்டளை உருபாகப் பயன்படுத்தி யுள்ளமையை அறியலாம்.

> வேறுபட் டாங்கே கலுழ்தி அகப்படின்
> மாறுபட் டாங்கே மயங்குதி யாதொன்றுங்
> கூறி யுணாத்தலும் வேண்டாது மற்று நீ
> மாணா செயினும் மறுத்தாங்கே நின்வயின்
> காணின் நெகிழுமென் நெஞ்சாயின் என்னுற்றாய்
> பேணாய்நீ பெட்பச் செயல் (கலி. 91 19–24).

> நனிபசந் தனள் என வினவுதி அதன்திறம்... (அகம். 48)

> வையகம் முழுவதுடன் வளைப் பையென
> என்னை வினவுதி ஆயின், மன்னர்
> அடுகளிறு உயவும் கொடிகொள் பாசறைக்,
> குருதிப் பரப்பின் கோட்டுமா தொலைச்சிப்... (புறம். 69)

இதே அடிப்படையில்தான் 'வெல்+தி > வெற்றி', 'நல்+தி > நன்றி', 'முயல்+தி > முயற்சி' போன்றவற்றையும் புதைநிலை அமைப்பாகக் காண வேண்டும். முதலில் 'ல்+த் > ற்+த் அல்லது ன்+த என மாறிப் பின்னர் ற்ற/ன்ற/ற்ச/ என 'த'வை மாற்றுகின்றன.

'முன்+து > முன்று' என்னும் சொல்லோடு 'இல்' இணையும்போது 'முன்றில்' என்னும் சொல் கிடைக்கிறது. இங்கு 'து', 'தி' போன்ற உருபுகளைப் பெயராக்க விகுதிகள் எனக் கொள்ள வேண்டும்.

இன்னும் சில ஒலியன் விதிகள் கூட்டுப்பெயரை உருவாக்கவும் உருபனியற் சொற்களை உருவாக்கவும் இலக்கணத் தொடர்களை உருவாக்கவும் தனித்தனியாக இயங்குகின்றன. 'தோப்புக்கள்' என்பது கூட்டுப்பெயராகவும் 'தோப்புகள்' என்பது பன்மைப் பெயராகவும் அறிகிறோம். இங்கு வருமொழி வெடிப்பொலி இரட்டிப்பு கூட்டுப்பெயராக்கத்தில் மட்டும் நிகழ்கிறது என்பதை அறிகிறோம். மேலும் 'அந்தப் பையன்' என்னும் பெயரடைப் பெயரில் ஒற்று மிகுகிறது ஆனால் 'வந்த பையன்' என்னும் பெயரெச்சத் தொடரில் ஒற்று மிகவில்லை. இதன் வழிச் சொற்களிடையே உள்ள சொல்லாக்க வரம்பு, உருபன் வரம்பு, தொடரியல் வரம்பு என்னும் மூன்று வகை வரம்புகள் இருப்பதை உணர்கிறோம். (மூவகை வரம்புகள் பற்றிய மேலதிக விளக்கங்களுக்குக் காண்க அரங்கநாதன் 2020). இவ்வகை கருத்துகளையும் வரலாற்று மொழியியல் ஆய்வில் மனதில் கொள்ள வேண்டும் என்பது உறுதி.

தமிழின் விகுதிகளை உற்றுநோக்கும்போது இன்னொரு உண்மையும் புலனாகும். பெரும்பாலான விகுதிகள் சொற்களில் ஏதாவதொரு ஒலியன் விதி ஏற்பட்டுச் சொற்களிலிருந்து அவை வந்துள்ளமையைக் காணலாம். எடுத்துக்காட்டாக 'ஆக' என்னும் வினையடை விகுதி 'ஆகு' என்னும் வினையிலிருந்து பெயரெச்ச விகுதி 'அ' இணைக்கப்பட்டு வந்துள்ளது. 'ஆன' என்னும் பெயரடை விகுதி 'ஆகின' என்னும் இறந்தகால முற்றுவினையில் 'க' விடுபடு விதியால் ஏற்பட்டுள்ளது. இது போலவே 'லாம்' என்னும் விகுதி 'வரல்+ஆகும் > வரலாம்' போன்ற தொடரிலிருந்து உருவாகியிருக்கிறது. 'வரல் + ஆம்', 'வர + லாகும்', 'வர + லாம்' போன்ற பயன்பாடுகளை இடைக்காலத் தமிழில் காணலாம். இவ்வகை மாற்றத்தை 'அன்வயப்படுத்தப்பட்ட மாற்றம்' (*reanalysis*) என மொழியியற் கருத்தின் அடிப்படையில் கூறுவார்கள். இத்தோடு 'என்று', 'பற்றி' போன்ற விகுதிகள் இலக்கண உருவாக்கத்தின் அடிப்படையில் உருவாகியுள்ளன. ஆகவே தமிழ் மொழியின் வளர்ச்சியை வரலாற்றுநோக்கில் காணும்போது மேற்கண்ட மாற்றங்கள் பலவற்றைத் தன்னகத்தே உள்ளடக்கி வளர்ந்துள்ளமையைக் காணலாம்.

தொல்காப்பியம், நன்னூல் போன்ற இலக்கண நூற்கள் ஒலி மாற்றங்களின் வரையறையைக் கொடுத்துள்ளன. எந்த மாற்றம் சரியான மாற்றம் எவை தவறானவை என்பதை

அறுதியிட்டுக் கூற நாம் இலக்கண நூற்களைக் காண்கிறோம்.[5] ஆனால் வரலாற்று அடிப்படையில் 'லாம்', 'ஆது', 'ஆம்', 'ஆன' போன்ற விகுதிகள் வழி ஏற்பட்ட மாற்றங்களை அறியத் தமிழ் மொழியை வரலாற்று அடிப்படையில் ஆய்வு செய்வது தேவையாகிறது. புதிய உருபுகள் தமிழுக்கு வந்தவை ஒரு புறம் ஆனால் பல உருபுகள் வழக்கிழந்தமையையும் கருத்தில் கொள்ள வேண்டியிருக்கிறது. 'அல்', 'மின்கள்', 'அன்மின்கள்' (அல்மின்கள்), 'கொல்' போன்ற பல சங்ககால, பக்திகால உருபுகள் வழக்கிழந்துள்ளன. இவற்றுக்கான காரணங்களை அறிவதும் வரலாற்று மொழியியல் ஆய்வில் உள்ளடங்கும். குறிப்பாக இவ்வகை உருபுகள் புதிதாக வருவதற்கும் சில உருபுகள் வழக்கிழப்பதற்கும் ஒலியன் விதிகளே மூல காரணமாக இருந்துவந்துள்ளன என்னும் கருத்தை முன்வைக்கிறது இந்நூல். 'ஆகாது' என்பதில் 'க' விடுபடு விதி காரணமாக 'ஆது' என வந்துள்ளது போன்ற கருத்துகள் பலவற்றை ஆய்கிறது இந்நூல்.

இவ்வகை மாற்றங்கள் தொல்காப்பிய இலக்கணத்துக்கும் மற்ற செம்மொழி இலக்கணங்களுக்கும் பின்னர் ஏற்பட்டிருப்பதால் இவற்றுக்கான காரணங்களை நாம் தமிழ் இலக்கணங்களில் காண்பது அரிது. மொழி என்பது பல விதிகளின் அடிப்படையில் இயங்கும் ஒரு உபகரணம் என்றால் அது மிகையாகாது. ஒவ்வொரு விதியையும் அறிந்து எந்த மாற்றம் எதனால் ஏற்பட்டது; இக்காலத்தில் நாம் பேசும், எழுதும் மொழியின் நிலை பற்றி அறிய காலம் காலமாக வளர்ந்துவரும் இம்மொழியை மொழித் தன்மை, ஒலியன் விதிகள் எனப் பல்வேறு நிலைகளில் அறிவது இன்றியமையாத ஒன்றாகிறது. காலங்காலமாகத் தொடர்ந்து தமிழ் மொழி மாறி வருவதால் எல்லா மாற்றங்களுக்கும் நாம் செம்மொழி இலக்கணத்தின் வழிக் காரணம் அறிய முடியாது என்பது உண்மை. இக் கருத்தினடிப்படையில் இந்நூல் தமிழ் மொழியின் மாற்றங்களைப் பல்வேறு கோணங்களில் ஆய்ந்தறிய முற்படுகிறது. சங்ககாலத் தமிழ், பக்திகாலத் தமிழ், இக்காலத் தமிழ் ஆகிய பல்வேறு நிலைகளில் தமிழின் பயன்பாட்டை அறிந்து எந்த மாற்றம் எக்காலத்தில் ஏற்பட்டது என்பதை அறிய முற்படுகிறது இந்நூல்.

---

5. *Rangan* (2012) தொல்காப்பிய நூற்பாக்களை மாற்றிலக்கணக் கருத்துகளுக்கேற்ப ஒலியன் விதிகளாக விளக்குக்கிறார். எடுத்துக்காட்டாக ட ற ல ள என்னும் புள்ளி முன்னர்க் க ச ப என்னும் மூவெழுத்துரிய (தொல் 23.8.2) என்னும் நூற்பாவை C1, C2 → {ṭ ṟ l ḷ}{k c p} என்பது போன்ற முறையான ஒலியன் விதிகளாக மாற்றிக் காட்டுகிறார் (காண்க பக். 47) இந்த வகையில் இந்நூல் இம்மாற்றங்களுக்கான காரணங்களை வரலாற்று அடிப்படையில் அறிவதோடு எந்த ஒலியன்விதி எந்த மாற்றத்தைத் தமிழில் ஏற்படுத்தியது என அறியவும் முற்படுகிறது.

தமிழ் மொழிச் சொற்கள், பல்வேறு ஒலியன் விதிகள், ஒலியன் விதிகளுக்கான காரணங்கள், வரலாற்று அடிப்படையில் தமிழ் மொழியில் ஏற்பட்ட மாற்றங்கள் எனப் பல வரலாற்று மொழியியல் ஆய்வுக் கருத்துகளை உள்ளடக்கியிருக்கிறது இந்நூல். இந்நூல் தமிழ் இலக்கிய, மொழியியல் ஆய்வாளர்களுக்கும் தமிழ் மொழி குறித்து அறிய விரும்பும் ஆர்வலர்களுக்கும் பயனுள்ளதாய் அமையும் என எண்ணுகிறேன்.

1.2. இருவகை மொழி மாற்றங்களும் தமிழ் இலக்கணங்களும்

மொழி மாற்றம் என்பதைத் தொடர்ந்து நடந்து வரும் ஒரு மொழிப் பண்பு எனலாம். மாற்றங்கள் எதுவும் இல்லாமல் தொடர்ந்து ஒரே வடிவத்தைக் கொண்டு மொழி வளரும் என்று எப்போதும் கூற முடியாது. இந்நிலையில் மொழியியல் கோட்பாடுகளின் அடிப்படையில் மொழியில் எத்தகைய மாற்றங்கள் ஏற்படுகின்றன, ஏன் ஏற்படுகின்றன என்பன பற்றிச் சிந்திக்க வேண்டிய கட்டாயத்துக்குட்படுகிறோம். அடிப்படையில் மொழி மாற்றங்களை மொழியியலாளர்கள் இருவகையில் அடக்குவார்கள். அவற்றை மொழிக்குள் மற்ற மொழிகளின் தாக்கங்கள் இல்லாமல் இயற்கையாக ஏற்படும் மாற்றங்கள் என்றும் வேறு மொழிகளின் தாக்கங்களால் ஏற்படும் மாற்றங்கள் என்றும் இருவகையில் பிரிப்பார்கள். முதல் வகையை உட்புற மாற்றங்கள் (language internal changes) எனவும் இரண்டாவது வகையை வெளிப்புற மாற்றங்கள் (language external changes) எனவும் வரலாற்று மொழியியலாளர்கள் பிரிப்பார்கள். தமிழ் மொழியின் இக்கால இலக்கணத்தைத் தொல்காப்பிய இலக்கணம் வழியாகக் காண்பது ஒரு முறை. ஆர்டன், ஆண்றனோவ் போன்ற ஐரோப்பிய இலக்கணத்தாரால் இருபதாம் ஆண்டுத் தொடக்கத்தில் எழுதப்பட்ட ஆங்கில இலக்கணங்களின் வழியாகக் காண்பது இன்னொரு முறை. இவ்விரு இலக்கணங்களுமே இலக்கியத் தமிழுக்கே முதலிடம் கொடுத்துப் பேச்சுத் தமிழின் அமைப்பை அவ்வளவாக மனதில் கொள்ளவில்லை என்றே கூற வேண்டும். தொல்காப்பியரின் 'உறழ்ச்சி', 'குறிப்புப் பொருள்', 'புணர்ச்சி விதிகள்' போன்ற கருத்துகள் மூலம் இலக்கியத் தமிழிலிருந்து ஒலியன் விதிகள் வழிச் சொற்கள் மாறும் விதத்தை அறிய முடிகிறது. குறிப்பாக இலக்கியத் தமிழிலிருந்து சில ஒலியன் விதிகளால் பேச்சுத் தமிழ் மாறிய விதத்தை வரலாற்று மொழியியற் கோட்பாடுகளின் வழி அறிய வேண்டியது தேவையாகிறது. இல்லையேல் சங்ககாலந்தொட்டு வளர்ந்து வரும் மொழியின் வளர்ச்சியை அறுதியிட்டுக் கூறுதல் இயலாததாகும்.

1.2.1. மொழிமாற்றம்: உட்புறக் காரணங்கள்

பெரும்பாலும் மொழி மாற்றத்துக்குக் காரணம் ஒலியன் மாற்றங்களாகவே இருக்கும். எடுத்துக்காட்டாக, 'சமைச்சேன்', 'புரிஞ்சுது' போன்ற பேச்சுவழக்குச் சொற்கள் 'சமைத்தேன்', 'புரிந்தது' போன்ற இலக்கிய வழக்கிலிருந்து வந்ததற்கான காரணம் அண்ண ஒலிவிதியாகும். இ, ய் போன்ற அண்ண உயிரொலிகள் அதற்கு முன் வரும் த, ந் போன்ற ஒலியன்களை அண்ண ஒலியாக மாற்றி அவற்றிடையே ஒரு உடன்படும் தன்மையை ஏற்படுத்துகிறது. இதனால்தான் 'சமைத்தேன்', 'புரிந்தது' என்று கூறாமல் 'சமைச்சேன்', புரிஞ்சது' என்று கூறுகிறோம். இந்த அடிப்படையில்தான் பேச்சு வழக்கு வேறாகவும் இலக்கிய வழக்கு வேறாகவும் இருக்கிறது. இதனால் நம்முடைய பேச்சை நன்றாகப் புரிந்துகொள்ள வேண்டும் என்றால் தமிழ் மொழியில் உள்ள அண்ண ஒலியாக்கம் போன்ற பல ஒலியன் விதிகளை நன்கு தெரிந்துகொள்ள வேண்டியது அவசியமாகிறது. சங்க காலந்தொட்டு இத்தகைய மாற்றங்கள் நிகழ்ந்துவந்துள்ளன. சங்ககாலத் தமிழிலேயே புலவர்கள் தங்களது பாடல்களில் பேச்சு வழக்கையும் பயன்படுத்தி வந்துள்ளார்கள். 'நோகோ யானே நோம் என் நெஞ்சே (நற்ற். 313),' 'வேம் எமது உயிர் அழல் மெழுகில் உக்கே (திருவாய்மொழி 3810)' ஆகிய எடுத்துக்காட்டுகளில் வரும் 'நோம்' மற்றும் 'வேம்' முறையே 'நோகும்', மற்றும் 'வேகும்' என்னும் இலக்கிய வழக்குகளிலிருந்து 'க' விடுபடுவிதியால் வந்தவை. குறிப்பாக இத்தகைய மாற்றத்துக்குக் காரணம் இரு உயிரொலிகளுக்கு இடையில் வரும் 'க்' (*h*), 'ய்' போன்ற மெல்லொலிகள் விடுபடும் விதியேயாகும். இதேபோலத்தான் 'கட்டிய மூன்று கரணமும் ஆயிடும் (திருமந். 2124:2)' என்னும் வரியில் வரும் 'ஆயிடும்' என்ற சொல்லை விளக்க 'ஆகிவிடும்' என்னும் இலக்கிய வழக்கில் ஏற்பட்ட ஒலியன் விதி வழி வந்த மாற்றங்களை விளக்க வேண்டியிருக்கும். 'க' விலகல் மேற்கூறிய மெல்லொலி விலக்கல் விதியாகும். இத்தோடு உயிர்களிடையே 'ய்' செருகல் விதி ஏற்பட்டிருக்கிறது. மூன்றாவதாக 'வ்' விடுபடு விதியும் நிகழ்ந்திருக்கிறது. 'வ்' விடுபடு விதியை 'போகவில்லை > போகலெ', 'கொண்டுவா > கொண்டா' போன்ற சொற்களிலும் காணலாம். இங்கு நோக்க வேண்டியது என்னவெனில் இத்தகைய ஒலியன் விதிகள் சங்ககால இலக்கியங்கள், பக்தி இலக்கியங்கள் ஆகியவற்றிலும் நிகழ்ந்துள்ளன என்பதே. இங்கு முக்கியமாக அறிய வேண்டியது சங்ககாலத்திலிருந்து புலவர்கள் பேச்சுத் தமிழ், இலக்கியத் தமிழ் என்னும்

இருவகைத் தமிழ் வழக்குகளிடையே தங்களின் புலமையை வெளிப்படுத்தியிருக்கிறார்கள். அவர்களுக்குப் பொதுவான பேச்சு வழக்கு என்பது தமிழின் இலக்கிய வழக்கு என்றே தெரிந்திருக்கிறது. அதனால்தான் அவர்கள் ‘நோம்’, ‘வேம்’ ஆகிய பேச்சு வழக்குச் சொற்களையும் தங்களின் பாடல்களில் பயன்படுத்தியிருக்கிறார்கள். ஒலியன் விதிகள் பற்றிய அறிவு அவர்களுக்குத் தெரிந்திருக்க வாய்ப்பில்லை. இன்று நாம் ‘உடன்படு விதி’ பற்றியும், ‘விடுபடு விதி’ பற்றியும் மிகவும் கவனமாக மொழியியல் நோக்கில் அலசுவதை அவர்கள் அலசி யிருப்பார்கள் என்பதற்கு எந்தவிதச் சான்றும் நமக்கில்லை.

முதலாவதாக மொழிக்குள்ளேயே ஒரு ஒலி இன்னொரு ஒலிக்குப் பக்கத்தில் வருவதாலும், ஒரு உருபு இன்னொரு உருபுக்குப் பக்கத்தில் வருவதாலும் மொழியில் மாற்றங்களைக் காணலாம். மேலும் சொற்களைப் பல்வேறு வகையில் அன்வயப்படுத்திப் பயன்படுத்துவதால் மொழியின் தொடரியல் அமைப்பிலும் பல மாற்றங்கள் தொடர்ந்து நிகழ்வதையும் காணலாம். இத்தகைய மாற்றங்களை மொழிக்குள் நடக்கும் உட்புற மாற்றங்கள் எனக்கொள்ளலாம். எடுத்துக்காட்டாக ‘ற்ற்’ > ‘த்த்’ என மாறுவதை மொழியில் நடக்கும் ஒரு உட்புற மாற்றம் எனலாம். ‘காற்று’ > ‘காத்து’, ‘புற்று’ > ‘புத்து’ என்னும் எடுத்துக்காட்டுகளைக் கொடுக்கலாம். இதற்கு முக்கியக் காரணம் ‘ற்ற்’ என்னும் ஒலிச்சேர்க்கையை உச்சரிப்பதில் இருக்கும் கடினத்தன்மையால் எளிமைப்படுத்தும் நோக்கில் முன் அண்ண ஒலிகளாகிய ‘த்த்’ என இம்மாற்றம் ஏற்பட்டிருக் கிறது எனலாம். ‘ற்’ என்னும் அதிரொலியை உச்சரிப்பதைக் காட்டிலும் ‘த்’ எனும் முன்பல் வெடிப்பொலியை உச்சரிப்பது எளிமையாக இருப்பதனால் இம்மாற்றத்துக்கான காரணமாகச் சொல்லலாம். இச்சூழலில் ‘ஆயிற்று’ என்னும் வடிவம் ‘ஆச்சு’ என்னும் வடிவத்தைப் பின்வரும் தொடர் மாற்றங்களால் ஏற்படுத்தியிருப்பதைக் காணலாம்.

ஆயிற்று > ஆயித்து > ஆயிச்சு > ஆச்சு

இவ்வகை எடுத்துக்காட்டுகளில் ஒரு மாற்றம் இன்னொரு மாற்றத்துக்கான சூழலை ஏற்படுத்தித் தொடர்ந்து சில மாற்றங்களை ஏற்படுத்துவதைக் காணலாம். இவ்வகை மாற்றங்களை சுழற்சி முறை ஒலியியன் மாற்றங்கள் (*cyclic phonlogical changes*) என மொழியியல் கோட்பாட்டில் கூறுவார்கள். (காண்க: அரங்கநாதன் 2019). ‘இற்று’ என்னும் அமைப்பு ‘இத்து’ என மாறியவுடன் அண்ண ஒலியாக்கத்துக்கான சூழலை ஏற்படுத்துவதால் இது ‘இச்சு’ என மாறியவுடன் ‘யி’ விலகல்

மாற்றத்தை ஏற்படுத்திப் பேச்சு வழக்கில் நாம் இப்பொழுது 'ஆச்சு' எனப் பயன்படுத்தி வருகிறோம். 'புதிது' > 'புதிது' > 'புதுசு'; 'பெரிது' > 'பெரிசு' > 'பெருசு' போன்ற மாற்றங்களையும் இவ்வகையில் அடக்கலாம். இவ்வகைச் சொற்களில் முதலில் இகரம் முன்பல் ஒலியான 'த்'வை 'ச'வாக அண்ண ஒலியாக்க அடிப்படையில் மாற்றிவிட்டு 'உ'கரம் பெற்றுவிடுகிறது. இதனால் 'ச'கரம் வந்ததற்கான காரணத்தை 'புதுசு', 'பெருசு' போன்ற சொற்களில் அறிய வாய்ப்பில்லை. இத்தகைய சுழற்சிமுறையில் ஏற்படும் மாற்றங்களால் இக்காலச் சொற்கள் சிலவற்றில் ஏற்பட்ட வரலாற்று மாற்றங்களை அறிய மொழியில் உள்ள அனைத்து மீளுருவாக்கமுறைகளையும் கண்டறிவது தேவை. (மீளுருவாக்கமுறைகளின் விளக்கத்துக்குக் காண்க Lehman 1962: 92–103). எழுத்து வழக்கிலிருந்து பேச்சு வழக்குக்கு மாறுவதை இத்தகைய ஒலி மாற்றங்கள் வழிக் காணலாம். இருப்பினும் சங்கப் பாடல்களில் இத்தகைய மாற்றங்களுக்குட்பட்ட சில அமைப்புகளைக் காண்கிறோம்.

இவ்வகையான மொழியினுள் ஏற்படும் மாற்றங்களைத் தவிர்ப்பது என்பது இயலாத ஒன்றாகும். குறிப்பாக, இவ்வகை மாற்றங்கள் இயல்பாக ஏற்படுவனவாகும். எடுத்துக்காட்டாக, இரு உயிர்களுக்கு இடையில் வரும் 'க' விலகலால் தமிழ் மொழியில் பல மாற்றங்கள் வரலாற்று அடிப்படையில் நிகழ்ந்திருக்கிறது. 'ஆகும்' என்பது 'ஆம்' என மாறியதைச் சொல்லில் ஏற்படும் மாற்றமாகவும், 'ஆகாது' என்பது 'ஆது' என மாறி முறையே 'வரல் ஆகும்' என்பது 'வரலாம்' எனவும், 'வரல் ஆகாது' என்பது 'வராது' எனவும் மாறியிருப்பதைத் தொடரியல் அடிப்படையில் உருபு உருவானதற்கான மாற்றம் எனக் கொள்ளலாம். இவ்வகை மாற்றங்கள் மொழியைச் செய்யுளின் அசைக்குத் தகுந்தவாறு வெவ்வேறு நிலைகளில் பயன்படுத்தியதால் வந்திருக்கிறது எனக் கருத வேண்டியிருக்கிறது. இங்கு ஆகாது > ஆது; ஆகும் > ஆம் போன்ற மாற்றங்கள் வழி வினைகள் உருபுகளாக மாறும் நிலையைக் காண்கிறோம். இவ்வகையில் இயல்பாக ஏற்பட்டிருக்கும் இவ்வகை மாற்றங்களை எந்தவொரு மொழித்தூய்மை முயற்சியின் வழியும் மாற்றுதல் இயலாத ஒன்றாகும்.

பத்தொன்பதாம் நூற்றாண்டுவரை 'அல்' விகுதி கொண்ட வினையெச்சங்கள் சரளமாகத் தமிழில் பயன்படுத்தி வந்துள்ளமையைக் காணலாம். "வீட்டில் தாமே சதகங்களையும் வேறு நூல்களையும் கற்பித்து வரலானார்." (உ.வே. சாமிநாதையர், என் சரித்திரம், பக். 218). இங்கு 'வரலானார்' என்னும் வினையமைப்பு 'வரல் ஆனார்' என்னும் இரு வினைகளின்

தொடர்ச்சியில் இருப்பதைக் காணலாம். இடைக்கால மொழியில் 'அல்' வினைகள் அதிகமாக இருப்பதைப் பார்க்கலாம். 'கீதங்கள் பாடுதல் ஆடுதல் அல்லால்' (மாணிக்கவாசகர்). ஆனால் இக்கால இலக்கணத்தில் இவ்வமைப்புகளை முறையே 'வந்தார்', 'கற்பித்து வந்தார்' எனவோ 'வரத்தொடங்கினார்' எனவோ பாடுவது எனவோ ஆடுவது எனவோதான் அறிகிறோம். இவ்வகையில் இக்கால இலக்கணத்தில் ஏற்பட்ட இம்மாற்றங்கள் அனைத்தையும் வரலாற்று மொழியியற் கோட்பாடுகளின் அடிப்படையில் ஆய்வு செய்ய வேண்டியது தேவை. முக்கியமாக ஏன் 'அல்' எனும் வினை விகுதி இக்காலத் தமிழில் செயலற்றுப் போனது என்பதற்கான உண்மையான காரணம் நமக்கு இல்லை. இது மொழியைச் சரிவர அறியாமையால் திசை திருப்பிய காரணமாக இருக்கலாம். ஆர்டன், ஆன்றெனோவ் போன்ற வெளிநாட்டறிஞர்கள் தமிழுக்கு முறையாக இலக்கணம் எழுதியபோது அவர்களுக்கு 'அல்' பற்றிய தெளிவான அறிவு இல்லாததால் அவர்கள் 'வரலாகும்', 'போகலாகும்' என்னும் வினைகளை முறையே 'வர லாம்', 'போக லாம்' எனப் பேச்சு வழக்கிலிருந்து பிரித்து இலக்கணம் எழுதியதால் 'அல்' என்னும்' வினையமைப்பே தமிழிலிருந்து மறைந்திருக்கலாம் என்று ஊகிக்க வேண்டியிருக்கிறது. இவ்வாறே 'வரலாகாது', 'போகலாகாது' என்னும் அமைப்பையும் உற்று நோக்க வேண்டியுள்ளது. 'வரல் + ஆகாது > வரல் + ஆது > வராது' என்னும் அடுக்கு மாற்றத்தில் அலசினால் 'க'விடுபடுவிதி, 'அல்' விடுபடுவிதி ஆகியவற்றின் தொடர்ச்சியாக 'வராது', 'போகாது' போன்ற இக்கால வினையமைப்புகள் வந்துள்ளன என்பதை அறியலாம். 'க' விடுபடு விதி வழி வந்த பேச்சு வழக்கும் இலக்கிய வழக்கும் இவ்வகை மாற்றங்களை ஏற்படுத்தி யிருக்கின்றன என்பது உறுதி.

தொல்காப்பியர், ஐரோப்பியர்களின் இலக்கணங்களிடையே தமிழர்கள் தங்களின் தமிழ்ப் புலமையை அறிந்திருக்கிறார்கள். அதனால்தான் 'அல்' என்னும் வினையமைப்பு இக்காலத்தமிழில் மறைந்திருக்கிறது என ஊகிக்க வேண்டியிருக்கிறது. இதற்கு இடைக்கால இலக்கியத்தில் இவ்வமைப்பை அன்வயப்படுத்திப் பயன்படுத்தியிருப்பதும் காரணமாக இருக்கலாம். மிகவும் முக்கியமாக, இக்காலத் தமிழில் 'உரிவினை' (infinitive) என்று விளக்கும் 'போக', 'வர', 'சொல்ல' போன்ற அமைப்புகள் உண்மையிலேயே 'போகல்', 'வரல்', 'சொல்லல்' போன்ற அமைப்புகளிலிருந்து வந்தவையா, ஏன் இத்தகைய பெரிய மாற்றம் தமிழில் நிகழ்ந்தது என்பதற்கான காரணத்தைத் தமிழ் இலக்கணங்களில் விளக்கியிருக்கிறோமா, அப்படி விளக்க

வில்லையெனில் அதை வரலாற்று இலக்கணம் வழிதான் விளக்க இயலுமா போன்ற வினாக்கள் எழுகின்றன.

தாய்சாப் பிறக்கும் புள்ளிக் களவனொடு
பிள்ளை தின்னும் முதலைத் தவனூர்
எய்தின னாகின்று கொல்லோ மகிழ்நன்
பொலந்தொடி தெளிர்ப்ப முயங்கியவர்
நலங்கொண்டு துறப்ப தெவன்கொ லன்னாய் (ஐங்குறு. 24)

இப்பாடலில் வரும் 'தாய்சாப் பிறக்கும்' என்னும் தொடரைத் 'தாய் சாகப் பிறக்கும்' எனப் பிரித்தறிய வேண்டியிருக்கிறது. 'கொல்' என்னும் வியங்கோற் சொல்லும் இப்பாடல் வழி அறியும் வரலாற்று மொழியியற் கருத்து என்பது நோக்கத்தக்கது. 'சாப் பிறக்கும்' என்னும் தொடரைச் '*சாகல் பிறக்கும்' என மாற்றவியலாததும் குறிப்பிடத்தக்கது. எனவே 'வரல் ஆகும்' என்பதை 'வரலாம்' எனப் பிரித்தறிவதும் 'சாப் பிறக்கும்' என்பதைச் 'சாகப் பிறக்கும்' எனப் பிரித்தறிவதும் இருவேறு வழி ஏற்பட்ட மாற்றங்கள் என அறிய வேண்டியதாகிறது.

இந்நூல் தமிழ் மொழியின் பல்வேறு சொற்கள், ஒலியன் விதிகள், உலகப் பொது மொழியியற் கோட்பாடுகள் என்னும் பல்வேறு உத்திகளைக் கொண்டு தமிழ் மொழியைச் சங்ககாலத் தமிழ் மொழி, இடைக்காலத் தமிழ் மொழி, இக்காலத் தமிழ் மொழி என்னும் நோக்கில் பல்வேறு கோணங்களில் அலசி ஆயும் முயற்சியில் ஈடுபடுகிறது.

1.2.2. மொழி மாற்றம்: வெளிப்புறக் காரணங்கள்

இரண்டாவதாக மற்ற மொழிகளோடு ஒரு மொழிக்குத் தொடர்பு ஏற்படுவதாலும் மற்ற மொழிச் சொற்களைப் பயன்படுத்துவதாலும் மொழியில் மாற்றங்களைக் காண முடிகிறது. இரண்டாவது வகை மாற்றங்கள் பெரும்பாலும் வேற்றுமொழிச் சொற்களையோ வாக்கியங்களையோ பயன்படுத்தும் நிலையிலேயே நின்றுவிடுமே தவிர மொழிக்குள் ஒலி, உருபு, தொடரியலில் எந்தவித மாற்றங்களையும் ஏற்படுத்தாது எனலாம். இந்த இரண்டாவது வகை மாற்றங்களைத் மொழித்திட்டம், மொழிக்கட்டுப்பாடு என்னும் முறையில் கட்டுப்படுத்தவும், முழுவதுமாகத் தவிர்க்கவும் வாய்ப்பிருக்கும். வேற்றுமொழிச் சொற்களையும் வாக்கியங்களையும் பயன் படுத்தாத வண்ணம் மொழித்தூய்மைக்கான முயற்சிகளை அரசாணை பிறப்பித்தோ தனிக் குழுக்கள் மூலம் மொழிப் பயன்பாட்டார்களிடையே விழிப்புணர்வை ஏற்படுத்தியோ தவிர்க்க வாய்ப்பிருக்கிறது. 'கோபம்', 'சந்தோஷம்', 'விவேகம்',

‘வாக்கியம்’ போன்ற அளவுக்கதிகமான வடமொழிச் சொற்களையும், ‘பிரம்மாண்டம்’ (பிரமனின் அண்டம்), ‘கோப தாபம்’ போன்ற பல்வேறு வழக்குச் சொற்களையும் தமிழில் தொடர்ந்து பயன்படுத்தியதால் பத்தொன்பதாவது நூற்றாண்டுவரை மணிப்பிரவாளம் என்னும் புதிய தமிழ் நடை வழக்கில் இருந்து வந்தது. இவ்வழக்கு பின்னர் ஏற்பட்ட மொழித்தூய்மை முயற்சிகளால் வழக்கிழக்க நேர்ந்தது. இருப்பினும் தமிழில் பல அயல்மொழிச் சொற்களும் தொடர்களும் இன்னமும் ஒன்றரக் கலந்துவிட்டன என்றுதான் சொல்ல வேண்டும். போர்த்துக்கீசிய மொழியிலிருந்து ‘அலமாரி’, ‘ஜன்னல்’ போன்றவையும், பாரசீக மொழியிலிருந்து ‘சபாஷ்’, ‘பேஷ்’ போன்றவையும் வடமொழியோடு ஏற்பட்ட மற்ற மொழிக்கலப்பாகக் கூறலாம். இவ்வகையில்தான் ‘பரவாயில்லை’ என்னும் சொல்லை விளக்க வேண்டி வரும். ‘பரவாயில்லை’ என்னும் சொல்லில் ‘பரவா’ என்னும் சொல்லை இந்திய மொழிகள் பலவும் பார்சிய மொழியிலிருந்து பெற்றிருக்கிறது. ‘பரவாலேது’ எனத் தெலுங்கிலும், ‘பரவாநய்’ என இந்தியிலும் வழங்கிவருவதைக் காண்கிறோம். பாரசீக மொழியில் ‘பரவா’ என்னும் பெயருக்கு ‘பொருட்படுத்து’ என்னும் பொருளின் அடிப்படையில் ‘*care*’, ‘*consideration*’, ‘*concern*’ என்னும் ஆங்கிலச் சொற்களுக்கு இணையாகப் பயன்படுத்துகிறார்கள். இப்பொருட்களின் அடிப்படையில்தான் தமிழிலும் மற்ற இந்திய மொழிகளிலும் இச்சொல்லைப் ‘பெரிதுபடுத்த வேண்டாம்’ என்னும் பொருளில் பயன்படுத்துகிறார்கள். பாரசீக மொழி, போர்ச்சுக்கீசிய மொழி ஆகியவற்றிலிருந்து தமிழ் மொழிக்குச் சொற்கள் வந்தமை படையெடுப்பு, ஆட்சியைக் கைபற்றல் போன்ற நிகழ்வுகளின் தாக்கத்திலிருந்து ஏற்பட்டது எனக் கூற வேண்டும். ஆனால் சமஸ்கிருத மொழியின் தாக்கம் ‘சைவம்’, ‘வைஷ்ணவம்’ போன்ற சமயங்களின் பரப்பல் முயற்சியால் ஏற்பட்டது என்பதை அறிய வேண்டும். இந்நோக்கில் சமஸ்கிருத மொழியின் பண்பாட்டுத் தாக்கம் தமிழ் மொழி மட்டும் இல்லாது ஏனைய இந்தியமொழிகளிலும் ஏற்பட்டிருக்கிறது என்பது கண்கூடு. குறிப்பாக மணிப்பிரவாள நடை என்னும் புதிய நடை தமிழில் மட்டுமல்லாது தெலுங்கு, கன்னடம், மலையாளம் ஆகிய திராவிட மொழிகளோடு மற்ற ஆரிய மொழிகளிலும் ஏற்பட்டிருக்கிறது என்பதை அறியலாம். இவ்வகையில் தமிழில் ஏற்பட்ட மணிப்பிரவாள நடையையும் தமிழ் மொழியின் வரலாற்று மொழியியல் ஆய்வில் உட்படுத்த வேண்டியது அவசியமாகிறது

1.2.3. மணிப்பிரவாள நடையும் தமிழ் நடையின் மாற்றங்களும்

ஆறாம் நூற்றாண்டு முதல் தமிழில் வடமொழிகளின் தாக்கத்தால் ஏற்பட்ட மாற்றங்கள் அதிகரித்துப் பதினெட்டாம் நூற்றாண்டுவரை மணிப்பிரவாள நடை என்னும் இருமொழிக் கலப்பு ஏற்பட்டுப் பின்னர்த் தனித்தமிழ் இயக்கம் என்னும் மொழித்தூய்மை முயற்சியால் தமிழ் மொழியில் இன்றும் பல்வேறு நிலைகளைக் காண்கிறோம். வடமொழிச்சொற்களின் தமிழாக்க வடிவம், வடமொழிச் சொற்களுக்கான தமிழில் மாற்றுவடிவம் என இருவேறு நிலைகளில் நாம் தமிழை இன்றும் பயன்படுத்திவருகிறோம். த்ர், ப்ர், க்ர் போன்ற சொல் முதல் வடமொழிச் சொற்களை இடையில் உயிரெழுத்தை இணைத்துத் தமிழ்ப்படுத்தியிருக்கிறார்கள். 'திருப்தி', 'திராவிடம்', 'திரிசங்கு' போன்ற சொற்களும் 'பிரச்சாரம்', 'பிரசுரம்', 'பிரமை' போன்ற சொற்களும் கிரியை, கிரமம், கிராமம் போன்ற தமிழ்ப்படுத்தப்பட்ட வடமொழிச் சொற்கள். இவற்றுக்கிணை யான தமிழ்ச் சொற்களையும் இக்காலத் தமிழில் காணலாம். 'பெருமிதம் கொள்', 'தென்மாநிலம்', 'முச்சங்கு' போன்றவை களும், 'பரப்புரை', 'விளம்பரம்', 'குழப்பம்' ஆகிய சொற்களும், சடங்கு, விலை, ஊர் போன்ற சொற்களும் மேற்படி வடமொழிச் சொற்களுக்கு இணையாக வழங்கப்படும் சொற்கள். இந்நிலையில் தமிழ் நடையில் சமஸ்கிருதம் கலந்த நடை, தூயத் தமிழ் நடை என்னும் இருவேறு நடைகள் ஏற்பட்டுள்ளமை அயல்மொழித் தாக்கத்தால் ஏற்பட்ட மாற்றம் எனலாம். இவ்விரண்டு நடைகளையும் ஒன்றுக்கொன்று ஈடாகப் பல்வேறு நிலைகளில் பயன்படுத்தும்போது காலப்போக்கில் ஒரு வகைச் சொற்கள் மறைந்து மற்ற வகை பெரும்பாலான சூழலில் பயன்பட வாய்ப்பிருக்கிறது. இத்தகைய மாற்றங்களை மொழித்திட்டம், மொழிக்கொள்கை போன்ற முயற்சிகளின் வழி ஏற்படுத்த வாய்ப்பிருக்கும். அரசு தொடர்ந்து தமிழ் மொழியின் பயன்பாட்டுக்கான மொழிக்கொள்கைகளை ஏற்படுத்தி ஒரு குறிப்பிட்ட நடையைத் தொடர்ந்து பயன்படுத்தியும் மற்றவர் களைப் பயன்படுத்த வைப்பது போன்ற மொழித்திட்டங்கள் மொழியின் மாற்றத்தை ஒரு வரையறைக்குட்படுத்தவேண்டும். சிவஞானபோதத்தின் தமிழ் மொழிபெயர்ப்பிலிருந்து எடுக்கப்பட்ட கீழ்வரும் உரையைக் காணும்போது எப்படிப் பெரும்பாலான சமஸ்கிருதச் சொற்களைத் தமிழ் வினைகளோடு பயன்படுத்தப்பட்டிருக்கிறது என்பது விளங்கும்.

"...மலமாகிய ஆணவத்தினால் நிரோதிக்கப்பட்ட ஞானக்கிரியா சக்திகளையுடையவனா யிருக்கின்றான்.

அவ்வாறு அநாதிமலசம்பத்தத்தால் ஆத்மா அந்தக் கரணத்தோடு அநுசூதமாயிருக்குந்தன்மையால் வியாபாரமாம் என்பது கருத்து. இதனானே அவஸ்தை ஐந்தில் இருப்பவனாகின்றான், அதாவது ஜாக்கிரம் சொப்பனம் சுழுத்தி துரியம் துரியா தீதம் என்னும் அவஸ்தைகள் ஐந்திலும் அநுசூதன் (தொடர்ந்திருப்பவன்) ஆகின்றான்." (சிவஞான, பக். 8–9)

'மலம்', 'ஆணவம்', 'நிரோதி', 'ஞானக்கிரியா சக்தி', 'அநாதிமலசம்பந்தம்','ஆத்மா','கரணம்','அநுசூடம்','வியாபாரம்', 'அவஸ்தை', 'ஜாக்கிரமம்', 'சொப்பனம்', 'சுழுத்தி', 'துரியம்', 'துரியா தீதம்', 'அநுசூதன்' என்னும் சமஸ்கிருதச் சொற்களோடு 'இருக்கின்றான்', 'அவ்வாறு', 'என்பது', 'கருத்து', 'இதனால்', 'ஐந்தில்', 'அதாவது', 'என்னும்', 'தொடர்ந்திரு', 'ஆகின்றான்' ஆகிய தமிழ்ச் சொற்களை இணைத்து மணிப்பிரவாளமாக இவ்வுரை அமைக்கப்பட்டிருப்பதைக் காணலாம். இங்குப் பெரும்பாலும் தமிழ் இலக்கண உருபுகளையும் வினைகளையும் பயன்படுத்தப்பட்டுள்ளமையையும் அறியலாம். அதாவது தமிழ் இலக்கண விதிகட்குட்பட்டு சமஸ்கிருத மொழியை எழுதும் முறை மணிப்பிரவாள முறை எனலாம். கிரந்த எழுத்துகளைக் கொண்டு சமஸ்கிருத மொழியை எழுதிவந்த முறை வழக்கத்தில் அதிகமில்லாத தருணத்தில் தமிழ் எழுத்துகளையே கொண்டு சமஸ்கிருதத்தில் எழுதும் முயற்சிதான் மணிப்பிரவாள நடை என்று கூடக் கூறலாம். அதோடு இன்னும் சில இடங்களில் சமஸ்கிருத இலக்கணத்தையும் இந்நடையில் பயன்படுத்தி யிருப்பதையும் அங்கங்குக் காண்கிறோம். கீழ்வரும் எடுத்துக்காட்டில் 'அம் + அ > ஆ' என்னும் சமஸ்கிருத விதி பயன்பட்டுள்ளதைக் காணலாம்.

"இங்கு பிரபஞ்சானுபவம் மலாவஸ்தையிலும் சிவாநுபவம் மலநீக்கத்திலும் காணத்தக்கதாம்." (சிவஞான. பக். 14)

'பிரபஞ்சம் + அநுபவம் > பிரபஞ்சானுபவம், மலம் + அவஸ்தை > மலாவஸ்தை, சிவம் + அநுபவம் > சிவாநுபவம்' என்னும் சொற்களில் 'அம்' 'ஆ'வாக மாறும் சமஸ்கிருத விதியைக் காண்கிறோம். 'பஞ்சாங்கம்', 'மனோகரன்', 'மகேந்திரன்' போன்ற சொற்களை முழுமையாக அறிய இவ்வகை விதிகள் தேவை என்பது இங்குக் குறிப்பிடத்தக்கது. இதன்வழி ஒரு மொழி இன்னொரு மொழியின்மீது தாக்கம் ஏற்படுத்தும்போது சொற்கள் மட்டுமன்றி ஒரு சில இலக்கண விதிகளையும் பரப்பலாம் என்பதற்கு இந்தக் குறிப்பிட்ட விதியை எடுத்துக்காட்டாகக் கொடுக்கலாம்.

1.2.4. தத்சமம், தத்பவம் மாற்றங்கள்

சமஸ்கிருதத்திலிருந்து கடன்வாங்கப்படும் சொற்களை இருவேறு நிலைகளில் பல இந்திய மொழிகள் கடன்வாங்கி யிருக்கின்றன. அப்படியே ஒலி, எழுத்து மாற்றம் இல்லாமல் சமஸ்கிருதச் சொல்லைக் கடன்வாங்கும் முறையை தத்சமம் என்றும், பொருளில் எந்தவித மாற்றமும் இல்லாமல் சொல்லமைப்பில் மட்டும் மாற்றத்தோடு கடன்வாங்கும் சொற்களைத் தத்பவம் சொற்கள் என்றும் விளக்கியிருக்கிறார்கள். எடுத்துக்காட்டாக 'கோபம்', 'சந்தோஷம்', 'நகரம்', 'மனம்', 'தினம்', 'சொப்பனம்', 'ஆத்மா' போன்ற சொற்களைத் தத்சமம் சொற்கள் எனவும், 'திராவிடம், 'கிரியை', 'பிரச்சாரம்', 'சேமம்', 'மீனாட்சி', 'சுயம்', 'வியாபாரம்' போன்ற சொற்களைத் தத்பவம் சொற்கள் எனவும் கூறலாம். தமிழில் சொல்லின் முதலில் 'த்ர', 'க்ர்', 'ப்ர்', 'க்ஷ', 'ஸ்வய', 'வ்ய' போன்ற கூட்டெழுத்துகள் வருவது இலக்கண வரம்புக்கு அப்பாற்பட்டது என்பதால் அவ்வாறு வரும் சமஸ்கிருதச் சொற்களில் உயிரெழுத்தை இடையில் இணைத்து இது போன்ற சொற்கள் கடன்வாங்கப் பட்டுள்ளன. வரலாற்று மொழியியல் அடிப்படையில் தமிழ் மொழியை ஆயும்போது தத்பவச் சொற்களைக் கண்டறியத் தமிழின் இலக்கண வரம்பைக் கண்டறிந்து மேற்படி வரும் சொற்களைப் பிரித்துணரவேண்டும்.

1.2.4.1. வடமொழிச் சொற்களைத் தமிழ் மொழியாக்கம் செய்தல்

தத்சமம் சொற்களைத் தவிர ஏனைய தத்பவம் சொற்கள் தமிழ் மொழியில் விரவி வரும்போது தமிழ் இலக்கணத்துக்கேற்ப ஒலிமாற்றங்கள் சிலவற்றில் ஈடுபடுகின்றன. குறிப்பாகச் சொல்லின் முதலில் வரும் கூட்டொலிகளைத் தமிழ்ப்படுத்தும் நோக்கில் உயிரொலியை இணைப்பது; சில கூட்டொலிகளை ஒருமைப்படுத்துவது; 'அஹ்' என்னும் ஒலியை 'அம்' என மாற்றுவது; 'ஸ்வய்' போன்ற சிக்கலான கூட்டொலிகளை 'சு' என எளிமைப்படுத்துவது போன்ற உத்திகள் இதற்காக பரவலாகப் பயன்படுத்தப்படுகின்றன. கீழ்க்காணும் சில சொற்கள் இப்படி மாற்றம் கொண்டவை என்பதைக் கருத்தில் கொள்ள வேண்டும்.

உயிரொலி இணைத்தல்:

திராவிடம், கிரியை,

பிரச்சாரம்,

சேமம்,

புண்ணியம்

(த்ர், க்ர், ப்ர், க்ஷ, ண்ய ஆகியவற்றில் உயிரொலி இணைத்தல்)

கூட்டெழுத்துக்களை ஒருநிலைப்படுத்தல்:

மோட்சம், மோக்கம்

லக்குமி,

பாக்கியம்/முக்கியம்,

மித்திரன்/புத்திரன்,

சாத்திரம்

(ஷ > ட, க்ஷ > ட்ச, க்ஷ > க்க், க்ய > க்க், த்ர் > த்த், ஸ்த் > த்த்)

எளிமைப்படுத்தல்:

சுயம்வரம், சுதேசி/சுதேசமித்திரன்,

(ஸ்வயம் > சுயம், ஸ்வ்ய > சுதே)

தமிழுக்கிணைய வேறு சொற்களைப் பயன்படுத்தல்:

கஷ்டம்/கடினம்/சிரமம் > அயற்சி,

கோபம் > சினம்,

சந்தோஷம் > மகிழ்ச்சி

'அம்' இணைப்பு:

மாயா > மாயம்,

தேஷ் > தேசம்,

கோபஹ் > கோபம்,

தவ > தவம்,

சங்கஹ் > சங்கம்

மேக் > மேகம்

தமிழ்ச் சொல்லும் வடமொழிச் சொல்லும் இணைந்து பயன்படுத்தல்:

வானகம்,

வானவர்,

வேதகம்,

வேதநெறி

ஷ, ஸ், ஹ, ஜ் போன்ற எழுத்துகளைத் தமிழுக்கு ஈடான முறையே 'ட', 'ச', 'க', 'ச' எனவும் மாற்றிப் பயன்படுத்துகிறோம்.

ஷாந்தி > சாந்தி

சிவா (*Śivā*) > சிவன்

மோகனன் (*mōganan*) > மோகனன்

இன்னும் சில இடங்களில் இப்படி மாற்றாமல் கிரந்த எழுத்துகளைப் பயன்படுத்தியே வழங்கிவருவதும் உண்டு. 'ஹரிஹரன், ஜானகி' போன்ற எடுத்துக்காட்டுகளைக் கொடுக்கலாம். ஆனால் 'மீனாக்ஷி', 'க்ஷேமம்' போன்ற சொற்களில் வரும் 'க்ஷ' என்னும் கிரந்த எழுத்தை 'ட்சி' எனத் தமிழ்ப்படுத்தி 'மீனாட்சி' அல்லது 'மீனாக்சி' எனவும், 'சே' எனத் தமிழ்ப் படுத்தி 'சேமம்' எனவும் பயன்படுத்துகிறோம். 'பிக்ஷை' என்னும் சொல்லைப் 'பிச்சை' எனப் பயன்படுத்துகிறோம். இங்கு 'க்ஷ' 'ச்ச்' என விரிவுபடுத்தப்பட்டிருக்கிறது. இது போலவே ஸ்ரீ என்னும் எழுத்தை 'சிரி' எனவோ 'ஸ்ர்' எனவோ பயன்படுத்துவதை நோக்கலாம்.

தமிழில் பொதுவாகச் சொல் முதலில் அதிரொலி கொண்ட வெடிப்பொலி வருவது கிடையாது. *bāvam* என்ற சொல்லையும் *pāvam* என்ற சொல்லையும் 'பாவம்' எனவே தமிழ்ப்படுத்தும்போது இவ்விருசொற்களையும் சரியாகப் பயன்படுத்தும் நோக்கில் இச்சொல்லை இருவகையாக உச்சரித்து வழங்கிவருகிறோம். இது போன்று மயக்கம் இல்லாத சூழலில் '*b*', '*g*', '*d*', '*dh*' எனத் தொடங்கும் சமஸ்கிருதச் சொற்களை அதிரொலியற்ற வெடிப்பொலியாகவே மாற்றுகி றோம். 'ஆரியபவன்', 'புதன்', 'தானம்', 'தண்டம்' போன்ற சொற்களை எடுத்துக்காட்டாகக் கொடுக்கலாம்.

1.2.5. பல சொற்கள் ஒரு பொருளில் பயன்படும்போது ஒரு சொல்லே வழக்கு நிலைக்கு வருதல்

குறிப்பிட்ட ஒரு உருபோ சொல்லோ இருவேறு பொருளில் செயல்படும் நிலை ஏற்படும்போது அவற்றில் ஒன்று வழக்கிழக்க வாய்ப்பிருக்கிறது. 'வர ஒல்லும்', 'வர ஒண்ணும்', 'வர இயலும்', 'வர முடியும்' எனப் பலவகையில் பயன்பாட்டில் இருந்திருக்கிறது. இவற்றில் 'வர முடியும்' என்னும் அமைப்பே இக்காலத்தில் பெரும்பாலாகப் பயன்படுத்தப்பட்டு வருகிறது. 'வர இயலும்' என்பது இலங்கைத் தமிழில் அதிகமாகப் பயன்படுத்தி வருவதைக் காண்கிறோம். ஆனால் 'வர ஒல்லும்', 'வர ஒண்ணும்' என்னும் வடிவங்கள் தமிழில் வழக்கிழந்துள்ளமையைக் காண்கிறோம். இதற்குக் காரணம் பேச்சு வழக்கில் ஒரு பொருளுக்கு ஒரு சொல்லையே பயன்படுத்த முடியும் என்ற நிலை இருந்ததுதான் எனலாம். இது பல மொழிகளிலும் நிகழும் மொழிப் பண்பாகும்.

1.3. செம்மொழி வழக்கும் இலக்கிய வழக்கும்

தமிழில் பேச்சு வழக்கு, எழுத்து வழக்கு என இருவகை வழக்குகள் இருக்கின்றன என்னும் கருத்து பரவலாக இருக்கிறது. ஆனால் தமிழில் வழக்குகள் என நோக்கும்போது பல வகை வழக்குகளைப் பற்றிச் சிந்திக்க வேண்டியிருக்கும். எழுத்து வழக்கு என்பதை இலக்கிய வழக்கு என்றுகூடக் கூறலாம். பேச்சில் பயன்படுத்தமுடியாத, எழுத்திலும் மேடைப் பேச்சு, இலக்கிய உரையாடல்கள் போன்ற சூழலில் பயன்படுத்தக்கூடிய வழக்கை இலக்கிய வழக்கு எனக் கூறலாம். இவற்றோடு செம்மொழி வழக்கு என்னும் ஒரு வழக்கையும் கண்டுகொள்ள வேண்டியிருக்கிறது. பேச்சு வழக்குக்கு இணையாக இல்லாத இலக்கிய வழக்கில் மட்டுமே பயன்படுத்தக்கூடிய வழக்கைச் செம்மொழி வழக்கு எனக் கூறலாம். எடுத்துக்க்காட்டாக நீவிர், நும் போன்ற பிரதிப் பெயர்கள் சங்கத் தமிழில் அதிகமாக வழக்கில் காணலாம். இவை இக்காலத் தமிழில் பேச்சில் பயன்படுத்துவது கிடையாது. இவற்றை இக்காலத்தில் மேடைப் பேச்சு போன்ற சிறப்புச் சூழலில்தான் பயன்படுத்துகிறோம். இவ்வகையில் மூன்று வழக்குகள் பற்றிப் பேச வேண்டியுள்ளது. பேச்சு வழக்குக்கு இணையான வழக்கு இல்லாத செம்மொழி வழக்கு, பேச்சு வழக்கோடு தொடர்புள்ள இலக்கிய வழக்கு, இலக்கிய வழக்கில் இல்லாத பேச்சு வழக்கு மட்டுமே என வகைப்படுத்த வேண்டியிருக்கிறது. மூன்றாவது வகையை “என்று” என்னும் சொல்லொடு தொடர்பு கொண்ட ‘வறேண்ணுட்டான்’, ‘பாடு! பாடுண்ணுக்கிட்டிருக்கே’ போன்ற சொற்களை எடுத்துக்காட்டாகக் கூறலாம். இங்கு என்று விட்டான், என்றுகொண்டிருக்கிறான் போன்ற இலக்கியவழக்கு இல்லாதது குறிப்பிடத்தக்கது. இந்த நோக்கோடு பின்வரும் பட்டியலைக் கொடுக்கலாம்.

1.3.1. பேச்சு வழக்கற்ற செம்மொழி வழக்கு

நீவிர், நும் (பிரதிப் பெயர்கள்)

ஈர் (காணீரே), மின் (வருமின்), அன்மின் (காணன்மின்) – உருபுகள்

இயலும், ஒல்லும், ஒண்ணும். (இலக்கணச் சொற்கள்)

பெயல் மறைத்தலின் விசும்பு காணலையே... (சொற்கள்)

கீழ்க்கண்ட பாடலில் வரும் ‘அல்லால்’, ‘காண்மின்கள்’, ‘கண்டிலேன்’, ‘என்செய்கேன்’ ஆகிய வினைப் பயன்பாடுகளும்

‘இம்’, ‘நறும்’ ஆகிய பெயரடைகளும் செம்மொழிக்கே உரியவை. இவற்றுக்கு ஈடான பேச்சு வழக்கு இல்லை என்பது குறிப்பிடத்தக்கது. குறிப்பாக ‘காண்மின்’ இதன் எதிர்மறையான ‘காணன்மின்’ ஆகிய சொற்கள் கட்டளை உருபுகளைக் கொண்டுள்ளது என்பது குறிப்பிடத்தக்கது.

> காலை யெழுந்து கடைந்த**விம்** மோர்விற்கப்
> போகின்றேன் கண்டே போனேன்,
> மாலை **நறுங்**குஞ்சி நந்தன் **மகனல்லால்**
> மற்றுவந் தாரு மில்லை,
> மேலை யகத்துநங் காய். வந்து **காண்மின்கள்**
> வெண்ணெ யேயன்று இருந்த
> பாலும் பதின்குடம் **கண்டிலேன்** பாவியேன்
> **என்செய்கேன் என்செய் கேனோ.** 10.7.2 (திவ்யப். 1909)

பெரும்பாலும் தொல்காப்பிய நூற்பாக்கள் வழிக் கொடுக்கப்படும் புணரியல் விதிகளைப் பயன்படுத்தி எழுதப்படும் சொற்கள் அனைத்தையும் செம்மொழி வழக்கு எனலாம். எடுத்துக்காட்டாகச் சுட்டுப் பெயர்களாகிய ‘அ’, ‘இ’, ‘எ’ ஆகியவற்றோடு சொற்கள் இணையும்போது வருமொழி முதலெழுத்து இரட்டிக்கும் என்னும் நூற்பாவுக்கிணைய உருவாக்கும் சொற்கள் அனைத்துமே செம்மொழி வழக்கு எனலாம்.

> சுட்டின் முன்னர் ஞ ந ம த தோன்றின்
> ஒட்டிய ஒற்றிடை மிகுதல் வேண்டும் (தொல். எழுத்து. 206)

என்னும் நூற்பா ‘அஞ்ஞாயிறு’, ‘அந்நாள்’, ‘அம்மணி’, ‘அத்தகைய’ போன்ற சொற்களில் சுட்டெழுத்தாகிய ‘அ’,‘இ’, மற்றும் ‘எ’ ஆகியவற்றின் முன் ஒற்று மிகுதலை விளக்குகிறது. இந்நூற்பாவைக் கொண்டே ‘அந்தப் பையன்’, ‘இந்தப் பையன்’ என்னும் பெயரடைகளில் சுட்டு மிகுவதையும் விளக்கலாம். ஆனால் இவற்றைச் செம்மொழி வழக்கு எனக் கூற முடியாது. இக்காலத்தில் வழங்கும் இலக்கிய வழக்கு எனலாம்.

இதுபோலவே ‘பல’, ‘சில’ என்னும் சொற்களில் ‘ல’ மாறி ‘ற்’ என ஆகுகிறது. இதை

> தொடரல் இறுதி தம்முன் தாம் வரின்
> லகரம் றகரவொற் றாதலு முரித்தே (தொல். எழுத்து. 215)

என்னும் நூற்பா வழி அறிகிறோம். ‘சிற்சில’, ‘பற்பல’ என்னும் சொற்களின் முறைமையை இந்நூற்பா விளக்குகிறது. இதையே ‘பலப்பல’, ‘பல பல’, ‘சிலச்சில’, ‘சில சில’ என உறழ்ந்து வரும் நிலையையும் தொல்காப்பியர் காணத் தவறவில்லை. இந்த உறழச்சியை,

வல்லெழுத் தியற்கை உறழத் தோன்றும் (தொல். எழுத்து. 216)

என்னும் நூற்பாவில் விளக்குகிறார். ஆக, ‘சிற்சில’, ‘பற்பல’ போன்றவற்றைச் செம்மொழி வழக்கு எனவும் ‘சிலச்சில’, ‘பலப்பல’ என உறழ்ந்து வரும் பயன்பாட்டை இலக்கிய வழக்கு என்றும் கூறலாம்.

1.3.2. இலக்கிய வழக்கு கொண்ட பேச்சு வழக்கு

ஆதலால்; ஆகையால்; ஆகையால, அதனால

கண்டேன்; பார்த்தேன்; பார்த்தேன்

படித்தேன்; படித்தேன்; படிச்சேன்

சில இலக்கிய வழக்குகளில் அளவுக்கதிகமாக ஒலியன் விதிகளைப் பயன்படுத்திய நிலையையும் காண்கிறோம்.

> *சொன்னலத்திலும் பொருணலமே சிறந்ததெனப் பேரறிவாளர் யாவரும் கூறுவர் (சூரியநாராயண சாஸ்திரியார் 1903, பக். 48)*

‘சொல் + நலம் > சொன்னலம், பொருள் + நலம் > பொருணலம்’ என்பன மூக்கொலி உடன்படு விதியால் உருவாக்கப்படும் சொற்கள். இத்தகைய வழக்கை அதிகமாக இருபதாம் நூற்றாண்டு தொடக்கம் வரை உள்ள உரைகளில் காணலாம். இக்கால வழக்கில் இவ்வகை இலக்கிய வழக்குகளையும் செம்மொழி வழக்கு என்றே கூறுவர் சிலர்.

1.3.2.1. இலக்கிய வழக்கு இல்லாத பேச்சு வழக்கு (என் எனும் வினை பேச்சு வழக்கில் இலக்கணமாக்கப்படாமையால்)

*வறேண்ணுட்டான் > வருகிறேன் *என்றுவிட்டான்*

*வறேண்ணுகிட்டிருக்கீங்க > வருகிறேன் *என்றுகொண்டிருக்கிறீர்கள்*

போய்ட்டுவறேண்ணுக்கோங்க > போய்விட்டு

*வருகிறேன் *என்றுகொள்ளுங்கள்*

*படிக்கிறேண்ணுடமுடியுமா? > படிக்கிறேன் *என்றுவிடமுடியுமா?*

*வாங்க்றேண்ணணுமா? > வாங்குகிறேன் *எனவேண்டுமா?*

குறிப்பாக இலக்கிய வழக்கு இல்லாத பேச்சு வழக்கு ஏற்பட்டமைக்குக் காரணம் ‘என்’ என்னும் சொல் இலக்கிய வழக்கில் இலக்கண உருவாக்கம் பெற்று ஒரு விகுதியாக மாறியிருக்கிறது. பின்வரும் பாடல் வரிகளில் ‘என்’ வினையாக இலக்கண உருவாக்கம் பெறாமல் வந்திருப்பது நோக்கத் தக்கது.

அரும் படர் அவல நோய் ஆற்றுவள் **என்னாது** (கலி. 28)

அரிய ஆகும் **என்னாமல்** (அகம் 191)

நாடன் என்கோ ஊரன் **என்கோ** (புறம். 49)

அறிவே அறிவை அறிகின்றது **என்றிட்டு** (திருமந். 2033)

ஈவ பெரும்பிழை **என்றுகொள்ளீரே** (திருமந். 506)

இக்காலத் தமிழில் 'என்' என்னும் வினை இலக்கண உருவாக்கம் பெற்று விகுதியாகவே பயன்பட்டு வருகிறது. ஆனால் இந்த இலக்கிய உருவாக்கம் பேச்சுத்தமிழில் ஏற்படவில்லை. 'வறேண்ணுட்டான்', 'வறேண்ணுக்கொ' என்பது போன்ற வழக்குகள் 'வருகிறேன் என்றுவிட்டான்','வருகிறேன்' என்றுகொள்' என்னும் இரண்டு முற்றுவினைகளிலிருந்து வருவதாகக் கொள்ள வேண்டும். இதன் அடிப்படையிலேயே '–ங்காம', 'ன்னுடு', 'ன்னுக்கோ' போன்ற பேச்சுத்தமிழ் வழக்கையும் விளக்க வேண்டும். 'வருவேன் *என்காமல்' < 'வருவேங்காம', 'வருவேன் *என்றுவிடு' < வருவேண்ணுடு, 'போகிறேன் *என்றுகொள்' < 'போறேண்ணுக்கோ' போன்ற பேச்சு வழக்குத்தொடர்களையும் விளக்க வேண்டும். இங்கு 'என்' என்னும் வினை இன்னமும் 'சொல்' என்னும் வினை போன்று தனி வினையாகப் பேச்சுத் தமிழில் வழங்கப்பட்டு வருவது குறிப்பிடத்தக்கது. இது பற்றிய முழு விளக்கத்துக்குக் காண்க: *Renganathan(2011)*

1.4. இரட்டை வழக்கு (diglossia)

Diglossia என்னும் கருத்தை *Fergusson (1959)* தனது கட்டுரையில் முதலில் விளக்கினார். இவர் தமிழில் இரண்டு வழக்குகளைப் பற்றி எழுதும்போது இந்த இரண்டு வழக்குகளுக்கும் இடையே சரியான விளக்கம் இல்லை என்று கூறுகிறார்[6]. ஃபெர்குசன் இரண்டு வழக்குகள் என்பதை 'இலக்கிய வழக்கு', 'பேச்சு வழக்கு' என்றாரா, இல்லை 'செந்தமிழ்', 'கொடுந்தமிழ்' என்னும் கருத்தின் அடிப்படையில் எழுதினாரா என்பது தெரியவில்லை. தமிழில் இரட்டை வழக்கு என்பதைப் பலரும் பலவாறு விளக்கும் நிலையில் நாம் இதுவரை விளக்கிய மூன்று வழக்குகளின் அடிப்படையில் இக்கருத்தை நோக்குவோம். 'செம்மொழி வழக்கு', 'இலக்கிய வழக்கு', 'பேச்சு வழக்கு' என்பன தங்களுக்கிடையே தெளிவான அமைப்பைக் கொண்டுள்ளன எனலாம். பேச்சு வழக்கற்ற இலக்கிய வழக்கை நாம் 'செம்மொழி வழக்கு' என விளக்கினோம். இவ்வழக்கில் பேசுவதும் எழுதுவதும் தமிழ்ப்

---

6. *"There is apparently no good description available of the precise relations of the two varieties of Tamil". Ferguson* (1972 [1959]:246).

புலமை கொண்டவர்களால் மட்டுமே இயலும். இவ்வழக்கில் அளவுக்கு அதிகமாக ஒலியன் விதிகள் பயன்படுத்தப்பட்டிருக்கும் என்பதையும் விளக்கினோம். செம்மொழி வழக்கை உயர் வழக்கு என்று அறிந்து இது தமிழில் இரட்டை வழக்கு ஏற்படுவதற்கு முக்கியக் காரணமாகச் செயல்படுகிறது எனலாம்.

இதோடு இன்னொரு கருத்தையும் இரட்டை வழக்கு என்னும் கருத்தினடிப்படையில் விளக்க வேண்டும். ஃபெர்குசன் கூறும் உயர் வழக்கு *(High language)* தாழ்வு வழக்கு *(*Low language*)* என்பதற்குப் பல வேறுபாடுகளைக் கூறுகிறார். உயர் வழக்கு மதிப்பிற்குரியது, தாழ்வு வழக்கு குறைந்த மதிப்பைக் கொண்டுள்ளது என விளக்குகிறார். இருப்பினும் பேசப்படும் சூழலுக்கேற்ப *(Register)* பயன்படுத்தப்படும் சொற்கள், தொடர்களின் அடிப்படையிலும் பல வழக்குகளைக் கூறலாம். குறிப்பாகச் சங்கத்தமிழில் அரசர்களை விளித்துப் பேசும் போது ஒரு நடையும், பாமரர்களை விளித்துப் பேசும்போது ஒரு நடையையும் பயன்படுத்தியிருக்கிறார்கள். இவ்விரு நடைகளிலும் சொற்கள் வெகுவாக வேறுபட்டன.

> களம் புகல் ஓம்புமின் தெவ்விர் போர் எதிர்ந்து
> எம்முளும் உளன் ஒரு பொருநன் வைகல்
> எண் தேர் செய்யும் தச்சன்
> திங்கள் வலித்த கால் அன்னோனே. (புறம். 87)

செந்தமிழ் நடையில் அதியமான் நெடுமான் அஞ்சியைப் பாடும் இப்பாடலில் பயன்படுத்தப்படும் சொற்களாகிய 'களம்', 'புகல்', 'ஓம்புமின்', 'எம்முளும்', 'உளன்' போன்றவை பெரும்பாலும் அரசனைப் பற்றிப் பாடும் பாடல்களில் அதிகமாகக் காணப்படும். இச்சூழலில் பரதவர் பற்றிப் பாடும் இப்பாடலைக் காண்போம்.

> நெல் அரியும் இருந் தொழுவர்
> செஞ் ஞாயிற்று வெயில் முனையின்,
> தெண் கடல் திரை மிசைப் பாயுந்து
> திண் திமில் வன் பரதவர் (புறம். 24)

இங்கு 'உளன்' எனப் பயன்படுத்தாமல் 'இருந்து' எனப் பயன்படுத்தியுள்ளமையும், 'கதிர்' எனப் பயன்படுத்தாமல் 'வெயில்' எனப் பயன்படுத்தியுள்ளமையும் நோக்கத்தக்கது. இக்கருத்தின் அடிப்படையில் இரட்டை வழக்கு என்பதை இருவேறு சொற்கள், தொடர்களை அந்தந்தச் சூழலுக்கேற்பப் பயன்படுத்துவதைக் கூறலாம். இதையே பக்தித்தமிழிலும் அதிகமாகக் காணலாம். இறைவனைப் பாடும்போது ஒரு மொழிநடையையும், பாமரர்களைப் பாடும்போது ஒரு மொழிநடையையும் பயன்படுத்துவதைக் காணலாம். ஒலியன்

விதிகளைச் சரியாகப் பயன்படுத்துவதைச் செம்மொழி நடை எனவும், ஒலியன் விதிகளுக்குட்படாமல் எழுதினால் அதை இலக்கிய நடை எனவும் கூறலாம். செம்மொழி நடையில் பாடப்பட்ட பின்வரும் தேவாரப் பாடலில் இதைக் காணலாம்.

வேடனாய் விசயன்றன் வியப்பைக் காண்பான்
விற்பிடித்துக் கொம்புடைய ஏனத் தின்பின்
கூடினார் உமையவளுங் கோலங் கொள்ளக்
கொலைப்பகழி யுடன்கோத்துக் கோரப் பூசல்
ஆடினார் பெருங்கூத்துக் காளி காண
அருமறையோ டாறங்கம் ஆய்ந்து கொண்டு
பாடினார் நால்வேதம் பாசூர் மேய
பரஞ்சுடரைக் கண்டடியேன் உய்ந்த வாறே. (தேவா. 6.83.5)

'விசயன்றன்', 'விற்பிடித்து', 'அருமறயோ டாறங்கம்', 'பரஞ்சுடரை' என ஒலியன் விகுதிகளைப் பயன்படுத்தினால் அது செம்மொழி என அறியலாம். இதையே இவ்வொலியன் விதிகள் இல்லாமல் 'விசையன் தன்', 'வில் பிடித்து', 'அருமறையோடு ஆறு அங்கம்', 'பரம் சுடரை' என ஒலியன் விதிகட்குட்படுத்தாமல் எழுதினால் அதை இலக்கிய நடை எனவும் அறியலாம்.

கீழ்க்காணும் எடுத்துக்காட்டுச் சொற்களை இருவேறு சூழலில் பயன்படுத்துவதை இரட்டை வழக்கு எனலாம்.

படை	-	சாப்பாடு போடு
படையல்	-	சாப்பாடு
அருந்து	-	சாப்பிடு/குடி
பகலவன்	-	வெயில்
உளன்	-	இருக்கிறான்
எம்முள்	-	எங்களுக்குள்
ஓம்பு	-	சொல்
நாடன்	-	தலைவன்

இவ்வாறு 'செம்மொழி', 'இலக்கிய மொழி', 'பேச்சு மொழி' என்னும் வெவ்வேறு நடையில் மொழியைப் பயன்படுத்தும் போது ஒவ்வொரு நடைக்கும் ஏற்றவாறு சொற்கள், தொடர்கள் ஆகியவற்றை வெவ்வேறாகப் பயன்படுத்துவதையே இரட்டைவழக்கு எனலாம். சொற்கள், தொடர்களை வெவ்வே றாகப் பிரித்தரியும் அதே வேளையில் ஒலியன் விதிகளைப் பலவாறு பயன்படுத்தி இலக்கணச் சூழலில் பயன்படுத்தப்படும் நடையையும் உயர் நடை என்னும் நடையாகக் குறிப்பிடலாம்.

ஒரு நடையில் பயன்படுத்த வேண்டிய சொற்கள் மற்றும் தொடர்களை வேறொரு நடையில் பயன்படுத்தினால் அது

முரண்பாடாக இருக்கும் என்பதைக் குறிப்பிடலாம். 'நீங்க காலெயிலெ உணவு அருந்துறத பத்திக் கொஞ்சம் சொல்லுங்க' என்னும் பேச்சு வழக்கில் 'உணவு', 'அருந்து' ஆகிய சொற்களைப் பயன்படுத்தினால் அது முரண்பாடாகவும் நகைப்புக்குரியதாகவும் இருப்பதைக் காணலாம். அதே போல் உயர் வழக்கில் பேச்சு வழக்குச் சொற்களைப் பயன்படுத்துவதும் முரண்பாடாகவே இருக்கும். "இறைவா உங்களுக்குத் தினமும் காலையில் குளிப்பாட்டிச் சாப்பாடு போட்டுக்கொண்டு வருகிறேனே. எனக்குக் கருணை காட்ட மாட்டாயா" என்பதும் முரண்பாடே. இதுவே இரட்டை வழக்கின் முக்கியக் குணம் எனலாம். எந்தச் சொற்களை, எந்தத் தொடரை எங்குச் சரியாகப் பயன்படுத்துவது என்பதை அறிந்திருப்பதும் தாய்மொழிப் புலமையின் ஒரு பண்பு எனலாம். ஒவ்வொரு நடையையும் ஒவ்வொரு சூழலுக்கு ஏற்பப் பயன்படுத்தும் தருணத்தில் ஒரு நடையை உயர் நடை எனவும் இன்னொரு நடையைத் தாழ்வான நடை எனவும், பிரித்தறிவது முறையாக இருக்காது. பேச்சுத்தமிழ் என்னும் வழக்கை எந்தவொரு தனிச்சிக்கலும் இல்லாமல் எளிதாக அன்றாட வாழ்க்கையில் சரளமாக அனைவராலும் இல்லத்திலும் தெருவிலும் மற்ற பொது இடங்களிலும் பேசப்படும் ஒரு வழக்காகத்தான் கொள்ள வேண்டுமே தவிர இவ்வழக்கை எக்காரணத்தைக் கொண்டும் எந்த ஒரு வழக்கோடும் உயர்வு தாழ்வு எனப் பிரித்தறிதல் பொருத்தமாக இருக்காது. அதே போல் செம்மொழி இலக்கிய வழக்குகளைப் பள்ளி, பல்கலைக் கழகங்கள் என அறிந்தோர் சூழலில் பேசப்படும் வழக்காக அறிய வேண்டும். இவ்வழக்குகளைப் பயன்படுத்தப் பேச்சுத்தமிழ் போலல்லாமல் கல்வியறிவும் தமிழறிவும் தேவை என்பது உண்மையே. இதனால் இதை உயர்வழக்கு எனப் பிரித்தறிதல் பொருத்தமாக இருக்காது.

1.4.1. 'சும்மா' என்னும் சொல்லின் வேர் எது?

'சுகமாக' என்னும் சொல்லை 'சும்மா' வருமிடத்திலெல்லாம் போட்டுப் பார்க்கலாம். பொருள் அப்படியொன்றும் மாறிவிடாது. 'சும்மாதான் இருக்கிறேன் < சுகமாகத்தான் இருக்கிறேன்', சில தொடர்களில் அதே பொருளையும் பெறலாம். (எ.டு. சும்மாதான் இருக்கிறோம் < சுகமாகத்தான் இருக்கிறோம்). நிச்சயமாக சுகமாக சும்மா என்று பேச்சு வழக்கில் மாறியவுடன் பல புதிய பொருள்களை இச்சொல் பெற்றிருக்கிறது. எ.டு. சும்மா கொடுங்கள் < சுகமாகக் கொடுங்கள்'. இரண்டு உயிர்களுக்கிடையே க விடுபடுவது சங்ககாலத்திலிருந்தே வழக்கில் உள்ளது. நோகும் > நோம், வேகும் > வேம் என்னும் பயன்பாடுகளைச்

சங்க இலக்கியங்களிலேயே பார்க்கிறோம். பூந்தார் என்னும் சொல் புகுந்தார் என்னும் சொல்லிலிருந்து வந்ததைப் பற்றி முன்னரே கண்டோம். 'சுகம்' என்பது சமஸ்கிருதச் சொல் (சுபஹ் என்னும் சொல்லில் அம் இணைத்துத் தமிழ்ச்சொல்லாக மாறி யிருக்கிறது. கோபஹ் > கோபம் போன்று). உயிர்களுக்கிடையே 'க' விடுபடுவது தமிழில் பொதுப்பண்பு. 'வேகமா போங்க', 'கோபமா இருக்கீங்க!' போன்ற எடுத்துக்காட்டுகளைத் தரலாம். க விடுபடுவிதியே சுகமாக என்பதைச் சும்மா என்று ஆக்கியிருக்கிறது. முதலில் 'க'கரம் விடுபடுவிதியால் சுமாக என்பது 'சும்மாக' என மாறிப் பின்னர் கடைசியில் 'க'கரம் விடுபட்டுச் 'சும்மா' என்னும் சொல் வந்திருக்கிறது. இதில் வினையடை 'ஆக' புதைந்திருப்பதால் மேலும் ஆக இணைக்க முடியாது. 'சும்மாவாகச் சொன்னேன்' என்றோ 'சும்மாவாகப் பேசினேன்' என்றோ கூற முடியாது. ஏனெனில் ஆக இச்சொல்லில் புதைந்திருக்கிறது. 'சோமா இருக்கீங்களா' என்று சில வட்டார வழக்குகளில் பயன்படுத்துகிறார்கள். 'சுகம்' என்பதில் 'க' முதலில் விடுபட்டு 'சும் + ஆக' என்னும் நிலையில் 'சும்மாக' என மாறிப் பின் 'சும்மா' எனச் சுழற்சிமுறையில் இம்மாற்றம் ஏற்பட்டிருக்கிறது.

சுகமாக > சுமா > சும்மா ('க' விடுபடுவிதியும் 'ம' இரட்டிப்பு விதியும்)

இச்சூழலில் 'சுகமாக' என்பது உயர் வழக்காகவும் 'சும்மா' என்பதைத் தாழ்வு வழக்கு எனவும் கொள்ள வேண்டிய சூழலைக் காண்கிறோம். ஒலியன் விதிகட்குட்பட்ட 'சொற்றொடர்', 'பஃறொடை' போன்ற சொற்களைப் பயன்படுத்து வதைச் 'செம்மொழி' எனவும், 'சொல்தொடர்', 'பல்தொடை' எனப் பயன்படுத்துவதை 'இலக்கியவழக்கு' எனவும், இலக்கிய வழக்கிலிருந்து 'சும்மா', 'ஏண்ணா' என வரும் சொற்களைப் 'பேச்சுத்தமிழ்' எனவும் பிரித்தறிகிறோம்.

2

ஒலியன் விதிகளும் அவை ஏற்படுத்தும் மொழி மாற்றங்களும்

இதுகாறும் ஒலியன் விதிகள் பற்றி விளக்கும் போது அவை எப்படி மொழி மாற்றத்துக்கு அடிப்படைக் காரணமாக இருக்கின்றன என்பதைக் கண்டோம். இவ்வகையில் தமிழில் உள்ள ஒவ்வொரு ஒலியன் விதியையும் அவை வரலாற்றில் ஏற்படுத்திய மாற்றங்களையும் பட்டியலிடுவது அவசியமாகிறது. அவ்வகையில் இப்பகுதி தமிழில் பயன்படும் ஒவ்வொரு ஒலியன் விதியையும் எடுத்துக்காட்டுகளோடு விளக்க முற்படுகிறது. குறிப்பாக இப்பகுதியில் மூன்றுவகை ஒலியன் விதிகளைச் சுட்டிக்காட்ட முயல்கிறோம். அ) செம்மொழி நடையில் மட்டும் பயன்படும் ஒலியன்விதிகள். செஞ்சுடர், செஞ்ஞாயிறு போன்ற சொற்களில் ஏற்படும் ஒலியன் விதிகள் செம்மொழி யில் பயன்படுத்தப்பட்டு அவை செம்மொழியை வளமாகவும் செழுமையாகவும் பயன்படுத்த வழிசெய்கின்றன எனலாம். ஆ) இலக்கிய நடையிலும் பேச்சுத்தமிழிலும் சரளமாகப் பயன்படுத்தப்படும் ஒலியன்விதிகள். கற்கண்டு, தண்ணீர், வெண்ணீர் போன்ற சொற்களில் ஏற்படும் ஒலியன் விதிகள் இலக்கியத் தமிழ், பேச்சுத் தமிழ் என்னும் பாகுபாடு இல்லாமல் சரளமாக இரு நடைகளிலும் பயன்படுத்தப்படுவன. இ) பேச்சுத்தமிழில் மட்டும் பயன்படுத்தப்படும் ஒலியன் விதிகள். சமைச்சேன்,

ஆச்சி, காத்து போன்ற சொற்களில் ஏற்பட்ட ஒலியன் விதிகள் இலக்கிய வழக்கிலிருந்து பேச்சு வழக்குச் சொற்களை உருவாக்குகின்றன. இவ்வழக்கு பேச்சுத்தமிழில் மட்டுமே பயன்படுத்தப்படும் என்பது குறிப்பிடத்தக்கது.

ஒவ்வொரு ஒலியன் விதியையும் விளக்கும்போது அவை ஏற்படும் சூழலைப் பின்வருமாறு பாட்டு விதிகள் மூலம் விளக்குவது ஒலியன் விதிகளின் தன்மைகளைப் புரிந்துகொள்ள இயலும். ஆர்லட்டோ தனது வரலாற்று மொழியியல் நூலில் இவ்விதிகளைப் பற்றி விளக்குவது இவை மொழி மாற்றத்தை முறையே அறிந்துகொள்ள இன்றியமையாத ஒன்று எனக் கூறுகிறார். காண்க: Arlotto (1972:257–258). ஒரு குறிப்பிட்ட கால நிலையில் ஏற்படும் மாற்றங்களை ஒருநிலை கால மாற்றங்கள் (synchronic changes) எனவும், இரு வேறு காலகட்டத்தில் நிகழும் மாற்றங்களைப் பல்வேறு நிலை கால மாற்றங்கள் (diachronic changes) எனவும் விளக்கலாம். கீழ்க்கண்ட விதிகளுக்கான அடிப்படை விதிகளை நிர்ணயிக்கும்போது இவ்விரு காலநிலைகளையும் விளக்க வேண்டும். இவற்றோடு முன்னர் குறிப்பிட்டவாறு இவ்விதிகள் பேச்சு வழக்கு, இலக்கிய வழக்கு செம்மொழி வழக்கு ஆகியவற்றில் எந்த வழக்கில் நிகழ்கின்றன என்பதையும் விளக்க வேண்டும்.

X → Y /____Z (X Yஆக Z க்கு முன்னால் மாறுகிறது)

X → Y / Z____ (X Yஆக Z க்கு பின்னால் மாறுகிறது)

X → Y / Z____Q (X Yஆக Z மற்றும் Q க்கு இடையில் மாறுகிறது)

சில சமயம் சில ஒலிகளுக்கு முன்னாலோ பின்னாலோ கட்டாயமற்ற நிலையிலும் மாறலாம் என்பதை அடைப்புக் குறியில் கொடுக்க வேண்டும்.

X → Y /____(Q)Z (X Yஆக Z Q க்கு முன்னால் மாறும் சில இடங்களில் Q இதற்கு முன்னால் கட்டாயமற்ற நிலையில் வரலாம்)

மற்றுமொரு விதியை இரண்டு ஒலிகட்குள் ஏதாவது ஒரு ஒலிக்கு முன்னால் நிகழலாம் என்பதை வளைப்புக் குறியில் கொடுக்க வேண்டும்.

X → Y{Z/Q} X Yஆக Z அல்லது Qக்கு முன்னால் மாறும்.

இந்த மாற்றங்கள் அனைத்தும் ஒரு குறிப்பிட்ட நிபந்தனைக்குட்பட்டு நிகழும் மாற்றங்கள் என்பதை அவை ஏற்படும் சூழல்கள் வழி அறிகிறோம். ஆனால் இன்னும்

சில மாற்றங்கள் எந்தவிதச் சூழலும் இல்லாமல் நிகழும் தன்மையுள்ளதாகவும் இருக்கலாம். அவற்றை நிபந்தனையற்ற விதிகள் என வகைப்படுத்தலாம். ‘வியாழன் > விசாழன்’ என ‘ய’ ‘ச’வாக மாறுவது, ‘காற்று > காத்து’ என ‘ற்ற்’ ‘த்த்’ஆக மாறுவது ஆகியன எந்தவித நிபந்தனையும் இல்லாமல் நிகழ்வன. இவற்றைப் பின்வருமாறு விளக்கலாம்.

$$X \rightarrow Y$$

ஈடுகட்டும் உயிர் நீட்டல் விதி *(compensatory lengthening)* ஒரு ஒலி விடுபடும்போது நிபந்தனைச் சூழலில் ஏற்படுகிறது. இதைப் பின்வரும் குறியீட்டு முறையில் விளக்கலாம்.

{v+C} → {V+ ➤}

இதைத் தமிழின் உயிரொலிகளின் அடிப்படையில் பின்வருமாறு கூறலாம்.

$$\{a,e,i,o,u\} \rightarrow \{\bar{a},\bar{e},\bar{\imath},\bar{o},\bar{u}\} / \{a/e/i/o/u+C) \rightarrow \{a/e/i/o/u+ \emptyset\}$$

ஒரு குறிலுக்கு முன் வரும் இடையின ஒலி விடுபடும்போது இதற்கு ஈடுகொடுக்கும் வகையில் குறில் நெடிலாகும். ‘பெயர் > பேர்’, ‘முகர் > மோர்’ போன்ற எடுத்துக்காட்டுகளைக் கொடுக்கலாம்.

2.1. லகர ளகர மாற்றங்களும் மூக்கொலியோடு உடன்படுதலும் வெடிப்பொலியோடு உடன்படுதலும்

லகரம் றகரமாகவும் னகரமாகவும் மாறும் தன்மை கொண்ட பல சொற்களைத் தமிழில் காணலாம். இவ்வாறே ளகரம் ‘ட’கரமாகவும் ‘ண’கரமாக மாறுவதும் இயல்பே. குறிப்பாக இம்மாற்றங்களை இலக்கிய வழக்கில்தான் காண்கிறோம்.

லகரத்துக்கு முன் க, ச, த, ப ஆகிய வெடிப்பொலியாகிய வல்லொலிகள் வரும்பொழுது லகரம் றகராமாகத் திரிவது சங்ககாலத்திலிருந்தே வழங்கிவரும் ஒலிமாற்றமாகும். இவ்வகையிலேயே பல்+துளி என்பது பஃறுளி என மாறியதையும் விளக்க வேண்டும். இதன் அடிப்படையிலேயே கற்காலம், நற்சான்று, பற்பொடி, போன்ற சொற்களையும் விளக்க வேண்டும். இவற்றில் ‘த’ முன் ‘ல’ வரும்போது இருவகை மாற்றம் ஏற்படு வதை நோக்கலாம். நல் + தாள் > நற்தாள் > நற்றாள். இதன் வழி ‘நற்தாள்” என்னும் இடைநிலைச் சொல் வழக்கில் இல்லாததை அறியலாம்.

இம்மாற்றங்களைப் பின்வரும் ஒலியன் விதிக் குறியீடுகள் (ஒவி1) வழி விளக்கலாம்.

ஒலி1: ல் → ற் / ______ {க/ச/த/ப} – ஒரு நிலைக் கால மாற்றம்

நெற்பல பொலிக பொன்பெரிது சிறக்க (ஐங். 1)

தோற்பன தொடரேல் (ஆத்திசூடி 65)

(தோல் என்னும் வேர்ச்சொல்லுக்குச் சான்றாக இவ்வடிவத்தைக் கொடுக்கலாம். 'தோல்வி', 'தோற்று –' போன்ற சொற்களையும் இந்த ஒலியன் விதிவழி விளக்கவேண்டும்.)

மற்போர் பெறும்ஒற்றி மானே வடிவுடை மாணிக்கமே. (திருவரு. 72)

நல்லேன் யான் என்று நலம் தகை நம்பிய
சொல்லாட்டி நின்னொடு சொல் ஆற்றுகிற்பார் யார் சொல்லாதி...
(கலி 18)

மல்லாண்டதிண்தோள்மணிவண்ணா (திவ்யப். 1)

மல்லல் மூதூர் வய வேந்தே (புறம் 18)

'மற்போர்' என்பதன் வழி 'மல்' என்னும் வேர்ச்சொல்லை உறுதிப்படுத்தவும் இவ்வொலியன் விதி பயன்படுகிறது. 'மல்யுத்தம்' என்னும் சொல்லோடு 'கல்பொருது இரங்கும் மல்லற் பேர்யாற்று' (புறம் 192) என்னும் புறநானூறு வரியில் வரும் 'மல்லல்' என்னும் சொல்லைப் பற்றியும் இவ்விதி வழி அறியலாம். இக்காலத் தமிழில் 'மல்லுகட்டு', 'மல்லாடு' போன்ற சொற்களில் 'மல்' வருவதையும் அறிகிறோம். 'கற்பித்தான் நெஞ்சு அழுங்க பகர்ந்து உண்ணான் விச்சைக்கண் (கலி 59)' என்னும் எடுத்துக்காட்டின் வழி 'கல்', 'கற்றல்' போன்ற சொற்களின் தொடர்பையும் இங்கு விளக்கலாம். 'கல்','மல்','வில்', 'தொல்', 'தோல்', 'போல்', வெல் போன்ற வேர்ச்சொற்களையும் இங்குச் சுட்டிக்காட்ட வேண்டும்.

இக்காலத் தமிழில் சரளமாகப் பயன்படுத்தப்படும் 'கிற்' என்னும் நிகழ்கால விகுதி 'கில்' என்னும் அடியிலிருந்து வந்துள்ளது என்பதைப் பின்வரும் எடுத்துக்காட்டுகள் வழி அறியலாம்.

மகிழல கொன்றேபோல் மாறும்பல் யாக்கை,
நெகிழ முயல்கிற்பார்க் கல்லால், – முகில்விரிந்த
சோதிபோல் தோன்றும் சுடர்ப்பொன் நெடுமுடி,எம்
ஆதிகாண் பார்க்கு மரிது. (திவ்யப். நம்மாழ்வார் 2130)

தனக்கடிமை பட்டது தானறியா னேலும்
மனத்தடைய வைப்பதாம் மாலை, – வனத்திடரை
ஏரியாம் வண்ணம் இயற்று மிதுவல்லால்,
மாரியார் பெய்கிற்பார் மற்று? (திவ்யப். நம்மாழ்வார் 2197)

ஏழிற்குன்றம் பெறினும் பொருள்வயின்
யாரோ பிரிகிற்பவரே குவளைநீர் வார் நிகர் மலர் அன்ன நின்
பேர் அமர் மழைக் கண் தெண் பனி கொளவே (நற்ற். 392)

இவ்விரு பாடல்களில் வரும் நெகிழ் முயல்கில்பார் > நெகிழ முயல்கிற்பார்' (முயல்கிறவர்கள்), பெய்கில்+பார் > பெய்கிற்பார் (பெய்கிறவர்கள்) மற்றும் பிரிகில்+பவர் > பிரிகிற்பவர் (பிரிகிறவர்கள்) என்னும் நிகழ்கால வினையாலணையும் பெயர்களில் 'கில்+பார்' > 'கிற்பார்' என்னும் ஒலிமாற்றங்கள் ஏற்பட்டிருப்பதின் வழி 'கிற்' என்னும் விகுதியில் வரும் 'ற்' 'ல்> ற்' மாற்றத்தின் வழி வந்துள்ளமையை அறியலாம். இவ்வகைப் பயன்பாட்டைக் கலி. 54, அகம். 195:11 ஆகிய பாடல்களிலும் காணலாம்.

மானிட வர்க்கென்று பேச்சுப்படில்
வாழகில் லேன்கண்டாய் மன்மதனே (நாச்சியார். 508)

கிற்பன் கில்லேன் என்றிலன் முனநாளால்,
அற்பசா ரங்கள் அவைசுவைத் தகன்றொழிந்தேன்,
பற்பல் லாயிரம் உயிர்செய்த பரமா,நின்
நற்பொற்சோ தித்தாள் நணுகுவ தெஞ்ஞான்றே?

(திவ்யப். 3029)

கில்+பன் > கிற்பன், கில்லேன் ஆகிய பயன்பாடுகள் 'கில்' என்னும் விகுதியின் பயன்பாட்டை உறுதிப்படுத்துகின்றன. இவ்வழியில் அணுகும்போது 'கிற்' என்னும் நிகழ்கால விகுதி 'முடி' என்னும் புதைநிலைப் பொருளைக் கொண்டுள்ளது எனலாம்.

ஒவி2: ல் → ஃ/_____த் (பல் + துளி > பஃ துளி) இடைநிலை அமைப்பு

சுழற்சி:

ஒவி3: த் → ற்/ஃ_____ (பஃதுளி > பஃறுளி)

இவ்வாறே 'பஃறொடை' (பல்+தொடை) என்னும் சொல்லையும், 'அஃறிணை' (அல்+திணை) ஆகிய சொற்களையும் விளக்க வேண்டும். பெரும்பாலும் தமிழில் ஃ என்னும் ஒலியை 'அஃது', 'எஃகு', 'வெஃகு' போன்ற சொற்களில் காண்கிறோம். ஆனால் மேற்படி ஒலியன் விதி வழி 'ல', 'ஃ'ஆக மாறுவதை 'பஃறுளி' , 'அஃறிணை' மற்றும் 'பஃறொடை' ஆகிய சொற்களில் மட்டுமே காண்கிறோம்.

பஃறுளி <பல்துளி; பஃறொடை <பல்தொடை என்னும் சொற்களில் லகரம் வருமொழி தகரத்தை றகரமாக மாற்றிவிட்டு

ஃவாக மாறியிருப்பது செம்மொழி வழக்கில் மட்டுமே நடைபெற்றிருக்கிறது. பல்பொடி > பற்பொடி, நல்சான்று > நற்சான்று போன்ற இலக்கியவழக்கில் நடைபெறவில்லை என்பது நோக்கத்தக்கது. *பஃறொடி என்றோ *நஃறான்று எனவோ வழங்காமை நோக்கத்தக்கது. இவ்வகையில் 'ல' 'ஃ'வாக மாறும் விதியை இக்காலத் தமிழில் வழக்கிழந்த விதி எனக் கூற வேண்டும். இருப்பினும் அஃறிணை என்னும் சொல்லை இக்காலத் தமிழில் இலக்கிய வழக்கிலும் இலக்கணச் சூழலிலும் பெரும்பாலும் பயன்படுத்தி வருகிறோம். இச்சொல் 'அல்+திணை' – உயர்திணை அல்லாத திணைகளை அல் திணை எனலாம் – என்னும் இணைப்பில் மேற்படி ஒலியன் விதிகளுக்குட்பட்டு நிகழ்ந்துள்ளது என்பது குறிப்பிடத்தக்கது.

லகரத்துக்கு முன் மகரம் வரும்போது னகரமாக மாறும். இவ்விதியின் அடிப்படையில் 'இயல்மொழி' என்பதை 'இயன்மொழி' என்றும், 'கல்மாய்' என்பதைக் 'கன்மாய்' எனவும், 'மேல்மாடி' என்பதை 'மேன்மாடி' எனவும், 'பல்மலர்' என்பதைப் 'பன்மலர்' எனவும் வழங்குவதைக் காண்கிறோம். இவற்றை மூக்கொலி இயைபு மாற்றம் (*nasal assimilation*) எனக் கூற வேண்டும். இவ்வகை மாற்றங்களும், லகரம் றகரமாக மாறுவதும் இலக்கிய வழக்கில் மட்டுமே பயன்படுவதைக் காணலாம்.

ஒவி4: *ல் → ன்/_____{ம்,ந்,ன்}*

யாவரும் அறியாத் தொன்முறை மரபின் (அகம் 1)

கடன்முகந்து தீம்பெயலை ஊக்கும் எழிலி (ஐந்தி. 1)

கூடிப் புணர்ந்தீர் பிரியன்மின் நீடிப்
பிரிந்தீர் புணர் தம்மின் என்பன போல (கலி. 2)

தூமலரின் மென்மையுறு தோற்றத்தே வைத்துய்க்க (ஐந்தி. 3)

செம்புலப் பெயனீர் போல (குறுந். 41)

முந்நீர் விழவின், நெடியோன்
நன்னீர்ப் பஃறுளி மணலினும் பலவே. (புறம். 9)

(நல்+நீர் > நல்னீர் > நன்னீர்)

இவ்விதியின் அடிப்படையிலேயே 'இன்மை < இல்+மை', 'பன்மை < பல்+ மை', 'தொன்மை < தொல்+மை', 'மென்மை < மெல் + மை', 'நான்முகம் < நால்+முகம்' போன்ற சொற்களையும் 'அன்மின் < அல்+மின்' என்ற எதிர்மறை கட்டளை உருபையும் விளக்க வேண்டும். இருப்பினும் 'அவன்மேல்', 'என்மீது' போன்ற அமைப்புகளில் 'ன்' என்னும் ஈற்றைப் பிரித்தறிய வேண்டும்.

2.1.1. 'ல்', 'த்' உடன் வருதல்

லகரம் த்து என்னும் பெயராக்க விகுதியோடு வரும்போது ற்றாக மாற்றுகிறது. "வெல்த்தி" என்பதை "வெற்றி" எனவும், "கால்த்து" என்பதை "காற்று" எனவும் "கல்த்து" என்பதை "கற்று" எனவும் இம்மாற்றம் வழியாக அறிய வேண்டியிருக்கிறது. "காலினில் ஊரும் கரும்பினில் கட்டியும் (திருமந். 2639)" என்னும் பாடலில் வரும் "காலினில்" என்னும் சொல் வழியாக "கால்த்து" என்பதுதான் "காற்று" என அறிய வேண்டியிருக்கிறது. அதோடு 'ஊரும்' என்ற சொல்லையும் கூர்ந்து நோக்க வேண்டியிருக்கிறது. 'உயிரும்' என்னும் சொல்லில் 'ய'கரம் விடுபட்டு ஈடுகொடுக்கும் உயிர்நீட்டல் ஏற்பட்டு 'உ' 'ஊ' என மாறி 'ஊர்' என்னும் சொல்லைக் காண்கிறோம். இதைக் 'காலினில் உயிரும்' என்று படித்தால் இதன் உண்மைப் பொருளை அறிய முடியும். காற்றில் மனிதர்களின் உயிர் இருக்கிறது என்பதைத்தான் இந்தத் திருமந்திரப் பாடல் 'காலினில் ஊரும்' என விளித்திருக்கிறது. இது ஒலியன் விதிகள் அனைத்தும் செயல்பட்டுப் பயன்படுத்தப்பட்ட சொல்லாகும். 'ஊர்' என்பது 'உயிர்' என்னும் சொல்லின் பேச்சு வழக்காக இருந்திருக்கிறது. அதைத்தான் திருமூலர் தனது பாடலில் பயன்படுத்தியிருக்கிறார். இக்காலத் தமிழ் மொழியில் 'உயிர்' 'ய'கரம் நீங்காமல் பயன்படுத்தப்பட்டுவருவது குறிப்பிடத்தக்கது.

'காற்று', 'வெற்றி' போன்ற சொற்களில் 'த்த்' 'ற்ற்'ஆக மாறுவது 'ல்' 'ற்' ஆக மாறும் ஒலியன் விதியின் அடுக்கு விதிகளின் அடிப்படையில் முதலில் 'ல்' 'த்'ஐ 'ற்'ஆக மாற்றியவுடன் இரண்டாவது கட்டத்தில் 'த்' க்கு முன்னால் 'ற்' ஆக மாற்றுகிறது.

ஒவி1: ல் → ற் / ____த் (இடை நிலை மாற்றம் – எயிற்தனை)

சுழற்சி:

ஒவி5: த் → ற் /{ன்/ற்}____(எயிற்றனை)

இந்தின் இளம்பிறை போலும் எயிற்றனை (திருமந்.– கடவுள் வாழ்த்து)
செம்புலப் பெயனீர் போல (குறுந். 41)

இங்கு 'எயிற்றனை' என்பது 'எயில்+தனை < எயிற்தனை < எயிற்றனை எனச் சுழற்சிமுறையில் வந்துள்ளமை நோக்கத்தக்கது. இவ்விதியின் வழி இச்சொல்லின் மீளுருவாக்கம் செய்யவில்லையெனில் 'எயில்' என்னும் வேர்ச்சொல்லைக் கண்டுபிடித்தல் இயலாததாகும். பின்வரும் எடுத்துக்காட்டுகளில் இடவேற்றுமை உருபு 'இல்' இவ்விகுதிக்குட்பட்டிருப்பது நோக்கத்தக்கது.

தொன்மூ தாலத்துப் பொதியிற் றோன்றிய (குறுந். 16)

இலவம்பஞ்சிற் றுயில் (ஆத்தி. 26)

இவ்விதியின்படியே 'நற்றிணை', 'நற்றோள்' போன்ற சொற்களையும் முறையே 'நல்+திணை', 'நல் + தோள்' போன்ற இணைப்பின்வழி அறிய வேண்டும்.

பொய்யுடை யார்க்குஅரன் போல்அக லும்மகன் றாற்புணரின்
(திருக்கோவை 50)

இங்கு 'மகன் + தாள் + புணரின்' என்ற வழி 'ன்' 'த்'வை 'ற்'வாகவும் 'ள' வை 'ற்'வாகவும் மாற்றுகிறது. இங்கு 'த' 'ற்'வாக மாறுகிறது. ஆனால் 'ன்' மற்றும் 'ள்' இம்மாற்றத்தை ஏற்படுத்துகிறது என்பது நோக்கத்தக்கது.

'துயில்' என்னும் சொல்லின் மாற்றங்களாக 'துயிற்சான்றீரே' – துயில்கொள்ளக் கருதிய சான்றீரே (கலி. 146), 'துயிற்றிய' – தங்கப் பண்ணிய (சீவக. மண். 63), 'துயிற்றும்' – துயிலப் பண்ணும் (கலி. 146), 'துயின் மடிதல்' – உறங்குதல் (புறம். 126) ஆகிய சொற்களைச் சுயம்பு (2021: பக். 166–167) வழிக் காண்கிறோம். இச்சொற்களை விளக்கும் முகத்தான் நாம் மேற்படி 'ல' > 'ற்' மற்றும் 'ல' > 'ன' ஒலியன் விதிகளை நாட வேண்டியுள்ளது.

துயில் + சான்றீர் > துயிற்சான்றீர் (ஒவி.1)

துயில் + திய > துயிற்திய > துயிற்றிய (ஒவி.1. & ஒவி.5)

துயில் + தும் > துயிற்தும் > துயிற்றும் (ஒவி.1. & ஒவி.5)

துயில் + மடிதல் > துயின் மடிதல் (ஒவி.4)

இங்கனம் 'துயில்' என்னும் வேர்ச்சொல்லைப் பலவித உருபன் மாற்றங்களின் வழியும், குறிப்பிட்ட ஒலியன் விதி மூலமும் அறிய முடிகிறது.

ஒரு சில இடங்களில் 'ல' 'ன'வாக வெடிப்பொலிக்கு முன் மாறும் நிலையையும் காண்கிறோம்.

நன்றிசை – நல்ல திக்கு – பரி. 8:7
(நல்+திசை > நன் திசை > நன்றிசை)

நாவின் புனைந்த நன் கவிதை மாறாமை (பரி. 3:49)

இவ்வெடுத்துக்காட்டுகளின் வழி வெடிப்பொலிக்கு முன் 'ல' 'ற்'வாக மாறும் விதிக்கும் (பற்பொடி – ஒவி.1), இடையின ஒலிகளுக்கு முன் 'ல' 'ன' வாக மாறும் விதிக்கும் (ஒவி.4) விலக்காக இவ்விதியைக் கொடுக்க வேண்டியுள்ளது.

ஒவி.4அ. ல் → ன் /____________{க/த/ப}

இவ்விதியின் படி 'நன்றிசை', 'நன்கவிதை' ஆகிய சொற்களை விளக்க முடிவதோடு 'நன்று', 'நன்றி' ஆகிய சொற்களின் மாற்றங்களையும் விளக்க முடிகிறது.

நல் + து > நன்+து > நன்று (ஒவி.4அ. & ஒவி.5)

நல் + தி > நன் + தி > நன்றி (ஒவி.4அ & ஒவி.5)

இம்மாற்றங்களின் அடிப்படையில் 'து' மற்றும் 'தி' ஆகிய உருபுகளைப் பெயரைடையிலிருந்து பெயருக்கு மாற்றும் சங்ககால விகுதிகளாகக் கொள்ள வேண்டியதாகிறது. இவற்றோடு 'நன்கு', 'நன்குடைமை', 'நன்பகல்', 'நன்பொருள்' ஆகிய சொற்களையும் 'நல்' என்னும் வேரோடு இணைக்க வேண்டும் என்னும் நிலையையும் உணர்கிறோம்.

2.1.2. 'கால்' என்னும் காலம் காட்டும் விகுதி

சங்கப் பாடல்களிலும் இடைக்காலத் தமிழிலும் 'கால்' என்னும் சொல் காலம் காட்டும் விகுதியாகப் பரவலாகப் பயன்பட்டு வந்திருக்கிறது.

உடைமையராச் சென்றக்கால் ஊரெல்லாம் சுற்றம்
கணமுகை கையெனக் காந்தள் கவின
உடைமைக்கோல் இன்றங்குச் **சென்றக்கால்** சுற்றம்
மணமுகை யென்றெண்ணி மந்திகொண் டாடும்
உடையவரும் வேறு படும். (ஐந்திணை. 12)

மனத்தான் மறுவில ரேனுந்தாஞ் சேர்ந்த
இனத்தால் இகழப் படுவர் புனத்து
வெறிகமழ் சந்தனமும் வேங்கையும் வேமே
எறிபுனந் **தீப்பட்டக் கால்.** (நாலடி. 180)

இடுக்கண் வருங்கால் நகுக அதனை
அடுத்தூர்வது அஃதொப்ப தில். (திருக். 621)

"புற்று", "தொற்று" என்னும் சொற்களில் "ற்று" என்பது சொல்லிலேயே இருப்பதாகவே அறிய வேண்டுமே தவிர அவை லகரம் வழி வந்தது என அறியத் தேவையில்லை. மேலும் இதனடிப்படையில்தான் இக்காலப் பேச்சு வழக்கான 'என்னத்தெ' என்னும் சொல்லையும் விளக்க வேண்டும்.

'என்னவற்றை' என்பதில் 'ற்ற்' 'த்த்' ஆக மாறிய பிறகு 'வ' விடுபடு விதி நிகழ்ந்து 'என்னத்தெ' என்னும் வழக்கு வந்திருக்கிறது. 'என்னத்தெ சொல்ல?' 'என்னத்தெ வாங்கினெ?' போன்ற வழக்கைப் பேச்சுத்தமிழில் பரவலாகக் கேட்கிறோம். குறிப்பாக இந்த மாற்றம் பேச்சு வழக்கில் பெரும்பாலும் 'இகழ்ச்சிப் பொருளில்' வருவதைக் காணலாம். 'என்னத்தெ அங்கெ பாக்கப்

போறே' என்றால் அங்குப் பார்க்க ஒன்றுமே இருக்காதே! நீ என்னத்தெ பார்க்கப் போகிறாய் என்னும் உட்பொருளை இந்தப் பேச்சு வழக்குச் சொல் கொடுக்கிறது. 'ற்ற' ஒரு சொல்லில் இயல்பாக இருந்தால் அது 'ற்ற > த்த்' மாற்றத்துக்கு உட்படும். 'காற்று > காத்து, புற்று > புத்து, மாற்று > மாத்து' ஆகிய எடுத்துக் காட்டுகளைக் கொடுக்கலாம். ஆனால் 'வெற்றி', 'இயற்றல்' போன்ற சொற்களில் இம்மாற்றம் நடைபெறாதது குறிப்பிடத்தக்கது. இதற்குக் காரணம் இச்சொற்களில் 'ற்ற' ஒலியன் விதிகளின் வழி உருவாக்கப்பட்டவை. ஒலியன் விதி வழி வரும் 'ற்ற' என்னும் 'த்த்' ஆக மாறாது என்னும் விதியை மேற்படி 'ற்ற > த்த்' விதிக்கு விலக்காகக் கொடுக்க வேண்டும்.

வெல் + தி > வெற்தி > வெற்றி > *வெத்தி

இயல் + தல் > இயற்தல் > இயற்றல் > *இயத்தல்

கல் + தல் > கற்தல் > கற்றல் > * கத்தல்

இவ்விலக்குக்குக் காரணம் இங்கு வரும் 'ற்ற' ஒலியன் மாற்றத்தால் வந்தவை. சொல்லில் இயற்கையாக வந்தவை இல்லை என்பதைக் கவனத்தில் கொள்ள வேண்டும். ஒலியன் விதியால் ஒரு முறையிலும் சுழற்சிமுறையில் இரு தடவையில் உருவாக்கப்படும் ஒலிகள் மேன்மேலும் மாற்றத்துக்கு உட்படாது என்பதற்கான எடுத்துக்காட்டாக இவற்றைக் கூறலாம்.

2.1.3 'ள'கரம் 'ண'கரமாகவும் 'ட'கரமாகவும் மாறுதல்

சுழற்சிமுறையில் ளகரம் ணகரமாகவும், பின் 'ந'கரம் 'ண'கரமாக மாறுவதும் வழக்கே. ஒள்நுதல் (ஒளிவீசும் நுதல்/ நெற்றி) என்பது 'ஒண்ணுதல்' என மாறுவதும் "நுண்ணிதின் மகிழ்ந்தன் றொண்ணுதன் முகனே (குறுந் 168)"; "நுண்ணிதின் மகிழ்ந்தன்று ஒண்ணுதல் முகனே (முல்லைப்பாட்டு)" என்னும் தொடரை மகிழ்ந்தன்று ஒள் நுதல் முகனே என விரிக்கும்போது ளகரம் ணகரமாகும் விதியையும் 'ந'கரம் 'ண'கரமாகும் விதியையும் காண்கிறோம். சில சங்கப்பாடல்களில் ளகரம் ணகரமாக மாறாமல் வருவதையும் காண்கிறோம். மதியேர் ஒள்நுதல் வயங்கிழை ஒருத்தி (அகம் 306). இதற்குக் காரணம் இங்கு 'மூக்கொலி உடன்பாடு' இல்லாமல் வழங்கப்பட்டிருப்பதே காரணம்.

ஒவி6: ள → ண / ___________ *{ந/த} (ஒள்நுதல் > ஒண்நுதல், ஆள்+த் > ஆண்ட்–)*

சுழற்சி:

ஒவி7: ந → ண / ண___________ *(ஒண்நுதல் > ஒண்ணுதல்)*

ஒண்ணுத லரிவையை யுள்ளுதொறும் (ஐங்குறுநூறு 322)
(ஓவி6 & ஓவி7)

வெண்ணெல் அரிநர் தண்ணுமை வெரீஇ (நற்றிணை 351)
(ஓவி7)

'த்' விகுதி முதல் வகையைச் சேர்ந்த 'கொள்' என்ற வினையோடு இணையும்போதும் இத்தகைய மாற்றம் ஏற்படுவதைக் காணலாம்.

கொள் + த் > கொள் + ட் > கொண்ட் *(அடுக்கு நிலையில் ஏற்படும் மாற்றம்)*

சில்லைச் செவி மறைக் கொண்டவன் சென்னிக் குவி
முல்லை (கலி. 17)

(கொள் + த் + அவன் > கொண்டவன்)

ஆண்டு பலவுங் கழிந்தன அப்பனைப்
பூண்டுகொண் டாரும் புகுந்தறி வாரில்லை
நீண்டன காலங்கள் நீண்டு கொடுக்கினும்
தூண்டு விளக்கின் சுடரறி யாரே. (திருமந். 178)

(நீள்+த்+அன > நிண்டன, நீள் + து > நீண்டு)

'ஆண்டாள்', 'மீண்டது' போன்ற சொற்களும் இம்மாற்றத்தில் ஏற்பட்டனவே. இங்குக் குறிப்பிட வேண்டியது என்னவெனில் இக்காலத்தில் இறந்தகால விகுதியாகப் பயன்படும் 'த' (ஒன்றாம் வகை) 'ள்' என்னும் ஒலிக்கு முன் வரும்போது சுழற்சிமுறையில் 'த' 'ட'வாகவும், பின்னர் 'ள்' 'ண'ஆகவும் மாறியிருக்கின்றன. இதனால்தான் 'ஆண்டான்', 'நீண்டது', 'மாண்டான்' போன்ற வினைகளை ஏழு வகை இறந்தகால விகுதிகளில் முதல் வகையாகக் கொள்கிறோம்.

ளகர ஈற்றுக்கு முன் 'க', 'ச', 'ட', 'த', 'ப' ஆகிய வெடிப்பொலி வரும்போது ளகரம் 'ட'கரமாக மாறுவதும் வழக்கே. இவ்வகையில் 'உள்+கருத்து > உட்கருத்து', 'முள்+புதர் > முட்புதர்' போன்ற சொற்களின் வழி இவ்வொலியன் விதியை விளக்கலாம். இவ்வொலி மாற்றத்துக்காண காரணம் வெடிப்பொலி உடன்பாடு (stop assimilation) எனலாம். 'க', 'ச', 'ட', 'த', 'ப' ஆகிய ஒலிகள் 'ள'கரத்தை வெடிப்பொலியாகிய 'ட'கரமாக மாற்றுகிறது.

ஓவி8: ள → ட / ________*{க/ச/ட/த/ப}*

ஓடிஓடி ஓடிஓடி உட்கலந்த சோதியை
நாடிநாடி நாடிநாடி நாட்களும் கழிந்துபோய்

வாடிவாடி வாடிவாடி மாண்டுபோன மாந்தர்கள்
கோடிகோடி கோடிகோடி எண்ணிறந்த கோடியே.

(சிவவாக்கியம் 3)

கொள்ளொணாது மெல்லொணாது கோதாறக் குதட்டடா
தள்ளொணாது அணுகொணாது ஆகலான் மனத்துளே
தெள்ளொணாது தெளியொணாது சிற்பரத்தின் உட்பயன்
விள்ளொணாது பொருளைநான் விளம்புமாறது எங்ஙனே ?

(சிவவாக். 293)

(பி.கு. சித் + பரம் > சிற்பரம்)

சேடார் கமலச் செழுஞ்சுடர் உட்சென்று (திருமந். 2949)

தண்ணிய வாயின சுரட்திடை யாறே. (ஐங்குறு. 322)

எமதும் உண்டு ஓர் மதிநாட் திங்கள் (நற்றி. 63)

சுழற்சி:

ஒவி8அ: த → ட /ட________ *(கேள்+த் > கேட் த் > கேட்ட்–)*

இது ஒருநிலைப்படும் விதியாக செயல்பட்டு மொழிமுதல் 'த்'வை 'ட'வாக மாற்றுகிறது.

2.2. 'ன'கர மாற்ற விதிகள்

'ன'கர ஈற்றுக்கு முன் 'க', 'ப' ஆகிய வெடிப்பொலி வரும்போது 'ன'கரம் 'ற'கரமாக மாறும். 'பொன்+காசு' > பொற்காசு', 'தன்+புத்தி > தற்புத்தி', போன்றவற்றை இவ்வொலியன் விதிக்கு எடுத்துக்காட்டாகக் கொடுக்கலாம். 'ற'கரத்தை ஒரு வெடிப்பொலியாகக் கொண்டால் இதையும் 'வெடிப்பொலி உடன்பாடு' காரணம் எனலாம். இவ்வண்ணமே 'ல'கரம் 'ற'கரமாகும் விதியை முன்னர்க் கண்டோம்.

ஒவி9: ன → ற் / ________{க/ச/ப} *(பொன்+காசு > பொற்காசு, தன்+புத்தி > தற்புத்தி, பொற்பேழை)*

ஆற்றின் ஒழுக்கி அறனிழுக்கா இல்வாழ்க்கை
நோற்பாரின் நோன்மை உடைத்து. (திருக். 48)

பொருள்வயிற் பிரிவோர் உரவோர் ஆயின் (குறுந். 21)

'நோற்பாரின்' என்னும் சொல் 'நோன்'என்னும் வேர்ச்சொல்லிலிருந்து வந்துள்ளமை இங்கு நோக்கத்தக்கது. 'நோன்பு', 'நோன்மை' ஆகிய சொற்களையும் இங்குச் சுட்டிக் காட்ட வேண்டும்.

'ன'கரம் 'ச'கரத்துக்கு முன் வரும்போது 'ச'கரத்துக்கான ஒலி உருவாகும் இடத்துக்கு இயைந்து 'ஞ்' என மாறும். 'என்

சாமி > எஞ்சாமி', 'புன்+செய் > புஞ்செய்', 'நன்+செய் > நஞ்செய்' போன்ற எடுத்துக்காட்டுகளை இங்குக் கொடுக்கலாம். இவற்றைப் பின்னோக்கு உடன்பாட்டு விதி எனலாம். ஏனெனில் 'ன'வுக்கு முன் வரும் 'ச' 'ன'வை 'ஞ்'வாக மாற்றுகிறது.

ஒவி10: ன → ஞ் / ________ச

இது பேச்சு வழக்கு மாற்றம் என்பதால் இச்சொற்களை இலக்கியங்களில் காண்பதரிது. 'வெம்முனை அருஞ்சுரம் நீந்திச் சிறந்த'(அகம் 82) என்பது போன்ற எடுத்துக்காட்டுகளில் வரும் 'ஞ்ச்' 'ம்+ச்' என்னும் இணைப்பில் வருவதாகவே இருக்குமே தவிர ன்+ஞ் இணைப்பில் வருவதாக அறிய முடியாது. இதனால் 'ஞ்ச்' என வரும் சொற்கள் மயக்கத்தைத் தருவதாக இருக்கும்.

மேலும் 'ன'கரமும் 'ள'கரமும் 'ற'கரமாக மாறும் இடங்களைச் சங்கப் பாடல்கள் பலவற்றில் காண்கிறோம். குறிப்பாக இம்மாற்றம் 'க', 'ப' ஆகிய வெடிப்பொலிகளுக்கு முன் நிகழ்கிறது என்பது குறிப்பிடத்தக்கது.

ஒவி9: ன > ற / ____க

தலைமகன் பாங்கற்கு இவ்விடத்து
இத்தன்மைத்து என உரைத்தது (நற்ற். 96)

உணர்ந்த தலைவன் அதனைக் கண்டு தாங்ககில்லானாய்
மீள்கின்றான் தேர்ப்பாகற்குச்சொல்லியது (நற்ற். 107)

ஒவி1: ல → ற / ____ப

உடை கடற் படப்பை எம் உறைவின் ஊர்க்கே
பகற்குறி வந்து நீங்கும் தலைமகனைத் தோழி வரைவு கடாயது
(நற்றிணை 68)

ஒவி11: ள → ற / _____{க,ச,த,ப)

வரைவு நீட்டித்தவழி தோழி தலைமகற்குச்
சொல்லி வரைவு கடாயது (நற்ற். 16)

2.3. மூக்கொலியாக்கம்

தமிழில் உள்ள மெல்லின ஒலிகளான 'ங', 'ஞ', 'ண', 'ன', 'ந', 'ம' ஆகியன சொற்களோடு இணையும்போது முதற்சொல்லின் இறுதி எழுத்தை மூக்கொலியாக்க உடன்படு விதிக்குட்படுத்துகின்றனவாகவும் *(nasal assimilation)*, இறுதி உயிரெழுத்துகளை மூக்கொலி கொள்வனவாகவும் *(nasalization)* ஆகிய ஒலியன் மாற்றங்களை ஏற்படுத்துகின்றன.

2.3.1. மூக்கொலி உடன்படு மாற்றங்கள்

மேலே கூறியபடி, 'ன' 'ச' முன் வரும்போது 'ஞ' ஆக மாறுகிறது – புஞ்செய், நஞ்செய், 'எஞ்சாமி' ஆகிய எடுத்துக் காட்டுகளை முன்னர்க் கண்டோம். இவற்றில் 'ன' 'ஞ' ஆக மாறுவதை உருவாக்க உடன்பாடு (**manner assimilation**) மாற்றம் என்று கூறுவதை விட உருவாக்க இடத்தின் உடன்பாடு (**assimilation due to place of articulation**) என்று கூறுவதே சரியாகும். இவ்வகை மாற்றத்தைப் பின்வரும் எடுத்துக்காட்டுகளிலும் 'ம' 'ஞ' ஆக ஆவதிலிருந்தும் அறியலாம். இவ்வகை மாற்றங்களை பேச்சுத் தமிழிலும் இலக்கியத் தமிழிலும் காணலாம்.

ஒவி12: ம் → ஞ் /________ச

தேனூறு செஞ்சொல் திருக்கோவை என்கின்ற
நானூறும் என்மனத்தே நல்கு (திருக்கோவை. 1)

கிளிவிளி பயிற்றும் வெளில்ஆடு பெருஞ்சினை (அகம் 13)

அறுநீர்ப் பைஞ்சுனை ஆமறப் புலர்தலின் (அகம் 2)

ஒவி10: ன் → ஞ் /________ச

என் + சாமி > எஞ்சாமி

நின் + செயல் > நிஞ்செயல்

2.3.2. 'ஞ்' இரட்டித்தல்

'ஞ' முன் 'ய' வரும் இடங்களில் வருமொழி 'ஞ' இரட்டிப்பதையும் காண்கிறோம். கண் > கண்ணு என பேச்சு வழக்கில் நிகழ்வதை இங்கு ஒப்பிடலாம். 'ன' மற்றும் 'ந' இவ்வகை இரட்டிப்பு விதிக்குட்படாது என்பது குறிப்பிடத்தக்கது.

தெருளேமெய்ஞ் ஞானத் தெளிவே மறைமுடிச் செம்பொருளே
(திருவரு. 3)

களிறுற்ற செல்லல் களைவயின் பெண்மரங் கைஞ்ஞெமிர்த்துப்
(திருக்கோவை. 273)

'மெய் ஞானம்' என்னும் சொல் ஏன் 'மெய்ஞ் ஞானம்' என்று ஆனது? 'கை ஞெமிர்த்து' என்னும் தொடர் ஏன் 'கைஞ் ஞெமிர்த்து' என ஆனது என்பதற்கான மொழியியல் விளக்கம்தான் என்ன? இதன் அடிப்படையில்தான் 'விஞ்ஞானம்' என்னும் சொல்லுக்கும் விளக்கம் அறிய வேண்டியிருக்கும். 'விண் ஞானம்' என்பதுதான் 'விஞ்ஞானம்' என மாறியிருக்கிறதா? விண்ணைப் பற்றி அறிவதுதான் விஞ்ஞானமா? இதன் வழி எந்த ஒரு சொல்லுக்கும் வரலாற்றுப் பின்னணி இருக்கிறது

என்பதையே உணர வேண்டியிருக்கிறது. அதோடு இல்லாமல் இவ்வரலாற்றுப் பின்னணிக்கும் ஒலியன் விதிகளுக்கும் நிறைய தொடர்பு இருக்கிறது என்பதையும் அறிகிறோம்.

ஒவி13: Ø → ஞ் / ய்————ஞ் (மெய் + ஞானம் > மெய்ஞ்ஞானம்)

ஒவி14: Ø → ஞ் / ஐ————ஞ் (கை ஞெமிர் > கைஞ்ஞெமிர்)

ஒவி15: ம் → ஞ் / ————ஞ் (செம் + ஞாயிறு > செஞ்ஞாயிறு)

ஒவி16: ண் → ஞ் / ————ஞ் (விண் + ஞானம் > விஞ்ஞானம்)

2.3.3. மூக்கொலி கொள்ளும் மாற்றங்கள்

சொல்லில் இறுதியில் வரும் 'ன்', 'ம்' ஆகியன பெரும்பாலும் அதற்கு முன் வரும் உயிருக்கு மூக்கொலியைக் கொடுத்து விட்டு விடுபடும். இதைப் பேச்சு வழக்கில்தான் காண முடியும். ஏனெனில் இது ஒரு பேச்சு வழக்குக்கான குணமே தவிர எழுத்துத் தமிழில் வெளிப்படுத்த இயலாது.

வருவேன் > வருவே(ன்) (varuvẼ)

வருவான் > வருவா(ன்) (varuvÃ)

சொல்வோம் > சொல்வே(ம்) (colvÕ)

$\tilde{E}$, $\tilde{A}$ மற்றும் $\tilde{O}$ முதலியன ஏ, ஆ, ஓ ஆகியவற்றோடு மூக்கொலி கொள்ளப்பட்ட ஒலிகளாகும். இவற்றையும் ஒலியன் விதிகளால் ஏற்படும் மாற்றங்கள் என்றே கொள்ள வேண்டும்.

சில வட்டார வழக்குகளில், குறிப்பாக மதுரை வழக்கில் ஆன் என்னும் விகுதியோடு பன்மை விகுதி சேர்க்கும்போது நெடில் உயிரெழுத்து மூக்கொலி பெறுவதோடு தொடர்ந்து வரும் 'ன'வும் 'ஞ்' ஏறி வருவதைக் காணலாம். எடுத்துக்காட்டாக, 'வருவார்கள்' என்பதை மதுரை வட்டார வழக்கில் varuvã̃ɲə என உச்சரிப்பதைக் கேட்கலாம். இவ்வகையில் ã̃ɲə என்னும் உச்சரிப்பு பன்மைப் பெயருக்குக் குறைவான மதிப்பைக் கொடுக்கும் உருபாகப் பயன்படுத்தப்படுகிறது. பெரும்பாலும் மதிப்புக் குறைவாகப் பேசுவதை ஒருமைப் பெயருக்கே கொடுப்போம். 'வருவான்' என்பதை varuvÃ என உச்சரிக்கும் முறையையே காண்போம். ஆனால் தமிழில் பன்மைப்பெயரின் மதிப்புக் குறைவுக்கான உருபு இல்லாது குறிப்பிடத்தக்கது. ஏனெனில் பன்மை விகுதி 'கள்' 'அவர்கள் வருகிறார்கள்' என்னும் பன்மைப் பொருளிலும் தனி ஒருவருக்குக் கொடுக்கும் மதிப்போடும் பயன்படுத்துகிறோம். ஆனால் பலருக்கு

மதிப்புக் குறைவாகக் கூறுவதற்கான விகுதி தமிழில் இல்லை. இவ்வெற்றிடத்தை நீக்க மதுரை வட்டாரத்தமிழில் பயன்படுத்தும் சிறப்பு ஒலியன் விதி வழி *āñə* பயன்படுத்தப்படுகிறது எனலாம். இதைப் பிரதிப்பெயரான 'அவர்கள்' என்ற சொல்லிலும் பயன்படுத்துவதைக் காண்கிறோம். அதாவது 'அவர்கள்' என்பதை மதிப்புக் குறைவாக '*avañə*' என வழங்குவதைக் காணலாம். '– காரர்கள்', 'போகிறவர்கள்', 'வருகிறவர்கள்' போன்ற பன்மை விகுதி வரும் இடங்களிலெல்லாம் இந்த முக்கொலியாக்கம் வழி மதிப்புக் குறைவுப் பொருள் கொடுக்கப்படும் என்பதையும் கவனத்தில் கொள்ள வேண்டும். பின்வரும் அமைப்புகளை மதுரை வட்டார வழக்கில் அதிகமாகக் காணலாம்.

avañə vāṟāñə

maturaikārañə vaṟāñə

இந்த வழக்கு பலரை ஒட்டுமொத்தமாக இழிவாகவோ மதிப்புக் குறைவாகவோ விளிக்கப் பயன்படும் வழக்காகும்.

குறிப்பாக மதுரை வட்டார வழக்கில் தொடங்கிய இந்த மாற்றம் மற்ற வட்டாரவழக்குகளுக்கும் பரவுவதைக் காண்கிறோம். இவ்வகையில் இம்மாற்றம் மொழியில் ஒரு பண்பு இல்லாததால் அப்பண்பை ஒரு வழக்கு ஏற்படுத்தும்போது அது பரவலாக்கம் பெறுவது மொழிமாற்றத்தின் இயல்பு நிலை எனலாம்.

இன்னும் சில வட்டார வழக்குகளில் பன்மைப் பொருளில் மதிப்புக் குறைவை 'ஆன்கள்' என்னும் அமைப்பிலும் தருவார்கள் என்பது குறிப்பிடத்தக்கது.

அவன்கள் வருவான்கள் > அவன்க வருவான்க
திருடன்கள் திருடினான்கள் > திருடன்கள் திருடினான்க

மதிப்புக் குறைவான 'ன' விகுதியையே பன்மையிலும் பயன்படுத்துவது மதிப்புக் குறைவைப் பன்மையிலும் பயன்படுத்துவதற்கான ஒரு உத்தி எனலாம்.

2.4. 'ண'கர, 'ம'கர மாற்றங்கள்

ணகரம் பெரும்பாலும் வருமொழி எழுத்தை 'ண'கரமாக உடன்படச் செய்யும். 'தண்+நீர் > தண்ணீர்' என்ற எடுத்துக் காட்டைக் கொடுக்கலாம். ஆனால் 'தண்தழை', 'தண்துறை', 'தண்கயம்' போன்ற சொற்களில் வருமொழி எழுத்தை மாற்றாதது குறிப்பிடத்தக்கது. இருப்பினும் 'வெம்', 'உள்' போன்ற

பெயரடைகளில் வரும் இறுதி ஒலிகளாகிய 'ம்', 'ள்' ஆகியவற்றை 'ண' வாக மாற்றும் இடங்களைக் காண்கிறோம். இம்மாற்றம் முற்போக்கு, பிற்போக்கு உடன்படு ஒலியன் விதிகளால் சுழற்சி முறையில் ஏற்படுகிறது. பின்வரும் ஐந்திணை ஐம்பது பாடலில் வரும் 'தண்ணீர்', 'உண்ணீர்', வெண்ணீர்' என்னும் சொற்களை விளக்க இவ்வகை ஒலியன் விதிகளைப் பயன்படுத்த வேண்டும்.

ஒவி17: ம் → ண் / _____ந் (வெம் + நீர் > வெண நீர் > வெண்ணீர்)

சுழற்சி:

ஒவி17அ: ந → ண் /ண்_______

ஒவி18: ள → ண் / _____ந் (உள்+நீர் > உண்நீர் > உண்ணீர்)

உள்+நீர் > உண்ணீர் (முற்போக்கு மற்றும் பிற்போக்கு உடன்படு விதி)

தண்ணீரார் சாரும் நிலம்சார்வர் **உண்ணீர் (உள் + நீர்)**
அறியின் அருஞ்செவிலி மாணபொருளே **வெண்ணீர்ச்**
சிறியரையும் ஏர்ப்படுத்தும் செய். (ஐந்திணை 13)

விண்ணின்று இழிந்து வினைக்கீடாய் மெய்க்கொண்டு
(திருமந். 113)

சுழற்சி:

ஒவி19: ண் → ண் / _______ந்

ஒவி17: ம் → ண் / ________ந்

தண்+நீர் > தண்ணீர் (முற்போக்கு உடன்படு விதி)

வெம்+நீர் > வெண்ணீர் (முற்போக்கு மற்றும் பிற்போக்கு உடன்படு விதி).

இவ்வெடுத்துக்காட்டிலிருந்து 'ண்ண்' எனும் இரட்டிப்பு ஒலிகள் இருக்கும் சொற்களைக் கவனமாக மேற்படி ஒலியன் விதிகளின் அடிப்படையில் ஆய்ந்தறிந்து சரியான வேர்ச்சொற்களைக் கண்டறிவது இன்றியமையாததாகிறது. மேலும் 'ண' 'ட்' ஆக மாறும் இடங்களையும் காண்கிறோம். 'ண்' 'ட்' ஆக மாறுவதைப் பின்வரும் தொல்காப்பிய நூற்பாவின் வழி அறியலாம்.

ணகார இறுதி வல்லெழுத்துத் தியையின்
டகார மாகும் வேற்றுமைப் பொருட்கே (எழுத்து. 303)

இவற்றோடு இக்காலப் பேச்சு வழக்கில் 'ன்ற்' என்னும் கூட்டொலி எப்பொழுதும் 'ண்ண்' என மாறுவதையும்

சுட்டிக்காட்ட வேண்டும். இங்கு ‘ன்’ ‘ற்’ முன் ‘ண்’ ஆகி பின்னர் இயைபு மாற்றத்தில் ‘ண்’ வருமொழி ‘ற’ வை ‘ண்’ ஆக்கியிருக்கிறது.

ஒவி.20: ன் → ண் /_________________ற் (என்று > எண்று)

ஒவி21: ண் → ட் /_____{க/ப}

‘மண் + குடம் > மட்குடம்’, ‘மண் + பானை > மட்பானை’ முதலிய எடுத்துக்காட்டுகள் இந்நூற்பாவின் வழி விளக்க வேண்டும். இவற்றை வேற்றுமைப் பொருளுக்கு மட்டும் என்று வரும் என்று கூறியதால் இவற்றை ‘மண்ணால் செய்த குடம்’, ‘மண்ணால் செய்த பானை’ என்னும் கருவி வேற்றுமைப் பொருளில் அறிய வேண்டும். ‘கண்காட்சி’, ‘விண்சக்தி’ போன்ற சொற்களில் இவ்விதி செயல்படாமையையும் இங்குச் சுட்டிக் காட்ட வேண்டும்.

பின்வரும் திருமந்திரப் பாடலில் வரும் ‘விஞ்ஞானர்’ என்னும் சொல்லை ‘விண்+ஞானர்’ எனப் பிரித்தறிய வேண்டும் என்றே இவ்விதிப்படி அறிகிறோம். ‘அஞ்ஞானர்’ என்பது ‘அம்+ஞானர்’ எனவும், ‘விண்+ஞானர்’ எனவும் பிரித்தறிய வேண்டும்.

விஞ்ஞானர் ஆணவ கேவல மேவுவோர்
விஞ்ஞானர் மாயையில் தங்கும் இருமலர்
அஞ்ஞானர் அச்சக லத்தர் சகலராம்
விஞ்ஞான ராதிகள் ஒன்பான்வே றுயிர்களே (திருமந். 498)

விண்ணைப் பற்றி அறிவதுதான் விஞ்ஞானம் என்பது இந்தத் திருமந்திரப் பாடல் வழி அறியும் உண்மை.

2.5. ‘ம’கர ஈற்றின் மாற்றங்கள்

‘ம’கர ஈற்றுக்கு முன் ‘த’, ‘ந’, ‘க’, ‘ச’ ஆகிய ஒலிகள் வரும்போது முறையே ‘ந்’ ம்’,‘ண்’, ‘ங்’, ‘ஞ்’ என மாறும் சொற்களை அறிகிறோம்.

ஒவி22: ம் → ந் /_____த்

தீம் + தேன் > தீந்தேன் (‘த’கரமும் ‘ந’கரமும் ஒரே இடத்தில் உச்சரிக்கப்படுவதால்)

ஒவி17: ம் → ண்/______ந்

வெம்+நீர் > வெண்ணீர் (முற்போக்கு, பிற்போக்கு உடன்பாடு)

ஒவி23: ம் → ங் / ______க்

தீம் + கனி > தீங்கனி ('க'கரமும் 'ங'கரமும் ஒரே இடத்தில் உச்சரிக்கப்படுவதால்)

ஒவி12: ம் → ஞ் / ______ச்

தீம் + சொல் > தீஞ்சொல் ('ச'கரமும் 'ஞ'கரமும் ஒரே இடத்தில் உச்சரிக்கப்படுவதால்)

தேனூறு செஞ்சொல் திருக்கோவை என்கின்ற
நானூறும் என்மனத்தே நல்கு (திருக்கோவை. 1)

அறுநீர்ப் பைஞ்சுனை ஆமறப் புலர்தலின் (அகம் 2)

கொங்குதேர் வாழ்க்கை அஞ்சிறைத் தும்பி (குறுந். 3)

இருப்பினும் 'தீம்+பால் > தீம்பால்' என்னும் சொல்லில் '*தீம்மால்' என மாறாமல் 'ப'கர ஒலியின் உச்சரிப்பு இடமான உதட்டொலியாக 'ம்' உடன்பட்டிருப்பது குறிப்பிடத்தக்கது.

இதன் அடிப்படையிலேயே 'எஞ்ஞான்றும்', 'அஞ்ஞான்று' போன்ற சொற்களையும் விளக்க வேண்டும். இவை முறையே 'எம்+ஞான்று', 'அம்+ஞான்று' என்னும் இணைப்பிலிருந்து வந்ததாகவே கொள்ள வேண்டும். இங்கு 'ம' 'ஞ'வாக மாறி ஒலியிட உடன்படு விதிக்கு உட்பட்டிருக்கிறது எனலாம்.

ஒவி15: ம் → ஞ் / ______ஞ

செம் + ஞாயிறு > செஞ்ஞாயிறு

பின்வரும் புறநானூற்றுப் பாடலில் இச்சொற்கள் வருவதைக் காணலாம்.

செஞ்ஞா யிற்றுச் செலவும்
அஞ் ஞாயிற்றுப் பரிப்பும்,
பரிப்புச் சூழ்ந்த மண் டிலமும்,
வளி திரிதரு திசையும்... (புறம் 30)

இன்னும் சில இடங்களில் 'அம்' விகுதி இருவேறு ஒலியன் விதிக்குட்பட்டு ஒன்றில் தனிக்கூட்டுச் சொல்லையும் இன்னொன்றில் உடைமைப்பொருளிலும் வருவதைக் காணலாம். (காண்க அரங்கநாதன் 2020, பக். 24). எடுத்துக்காட்டாக 'மரத்துக்கிளை' என்னும் சொல்லில் 'அம்' 'அத்த்' ஆக மாறி 'கிளை' என்னும் சொல்லைச் சேர்க்கிறது. இங்கு 'மரத்துக்கிளை' என்பதை 'மரங்களின்கிளை' என உடைமைப்பொருளில் காண்கிறோம். ஆனால் 'மரக்கிளை' என்னும் சொல்லில் 'ம்' விடுபட்டு 'கிளை' என்னும் சொல்லோடு இணைகிறது. இது

ஒரு கூட்டுச் சொல்லை உருவாக்குகிறது. இவ்வுண்மையைப் பின்வரும் தொல்காப்பிய நூற்பாவினின்றும் அறியலாம்.

அம்மி னிறுதி கசதக் காலைத்
தன்மெய் திரிந்து ஙஞந வாகும் (எழுத்து 130)

முழம், பழம், குலம், மரம் போன்ற அம் இறுதிச் சொற்களோடு சொல்லாக்க நிலையில் க, ச, த இவற்றை முதலாகக் கொண்ட வருமொழி சொற்கள் வருமிடத்து, அம்முச் சாரியையின் இறுதி மகரம் முறையே ங, ஞ, ந ஆகத் திரியும். 'முழம்+கால் > முழங்கால்', 'பழம்+சாறு > பழஞ்சாறு' 'பொலம்+தேர் > பொலந்தேர்' போன்ற சொற்களை எடுத்துக்காட்டாகக் கூறலாம்.

குறிப்பாக 'பழச்சாறு' என்பது சொல்லாக்கம், 'பழஞ்சாறு' என்பது பெயரடைப் பெயர் என அறிய வேண்டும். ம் > ச் /_____ச் என்பது சொல்லாக்க விதியாகவும் ம்>ஞ்_____ச் என்பது பெயரடை விதியாகவும் அறிய வேண்டும். 'பனங்கற்கண்டு < பனம்+கல்+கண்டு' என்னும் சொல்லில் 'ம்' 'ங்' ஆக மாறி யிருப்பது நோக்கத்தக்கது. இதையே 'பனக்கற்கண்டு' எனவும் வேறு பொருளில் கூறவும் வாய்ப்பிருக்கிறது.

2.6. 'த்'கரம் 'ட்'கரமாக மாறும் ஒலியன் விதி

'ண'கரத்துக்கு முன் வரும் 'த்'கரம் 'ட'கரமாக மாறுவது சுழற்றொலி உடன்பாடு என்னும் காரணத்துக்காக மாறுகிறது எனலாம். 'திண்+தேர் > திண்டேர்' என்னும் எடுத்துக்காட்டை இங்குக் கொடுக்கலாம்.

***ஒவி24:* த் → ட் / ண்_______**

திண்டேர்ப் பொறையன் தொண்டி முன்றுறை (குறுந்த். 128)

திண்டேர் நள்ளி கானத் தண்டர் (குறுந்த். 211)

(திண் + தேர் > திண்டேர்)'

'த' 'ட்'வாக மாறுவது போல 'ற' 'ண்'ஆக மாறுவதையும் சுட்டிக்காட்ட வேண்டும். இது பெரும்பாலும் ஒலியன் விதி 'ன்' > ண்____ற் ஆகும் சூழலில் ஏற்படும்.

***ஒவி.25:* ற் →ண் /ண்____________** *(எண்று > ண்ணு)*
(ஒலிப்பு முறை உடன்பாடு)

தின்று > திண்ணு
கன்று > கண்ணு

இந்த உடன்படு மாற்றம் 'முன்னோக்கு உடன்பாடாக' இருப்பதை நோக்கலாம். முன்னர் கொடுத்த 'ல' 'ற'வாக

மாறுவது, 'ன' 'ற'வாக மாறுவது போன்ற எடுத்துக்காட்டுகளில் உடன்பாடு பின்னோக்கி இருப்பதைக் காண்கிறோம். அவை சொற்களின் இறுதியில் மாற்றத்தை ஏற்படுத்தி வேர்சொல்லை எந்த மாற்றமும் செய்வதில்லை. ஆனால் முன்னோக்கு உடன்படு மாற்றங்களில் வேர்ச்சொல்லை மாற்றுவதை அறிய முடிகிறது. இவ்வகை மாற்றங்கள் வழி வரலாற்று நோக்கில் வேர்ச்சொற்களைக் கண்டறிவதில் சிக்கல்கள் ஏற்படலாம். 'தேர்' எனும் மூலச் சொல்லில் முதலெழுத்து மாறியிருப்பதால் இச்சொற்களை வரலாற்றடிப்படையில் கண்டுபிடிப்பது கடினமாகிறது. இவ்வொலியன் விதியின் அடிப்படையிலேயே இவ்வேர்ச்சொல்லைக் கண்டுபிடிக்க இயல்கிறது. 'முன்றுறை' என்னும் சொல்லில் 'முன்+துறை' என்னும் தொடரில் 'த' 'ற'வாக மாறியிருப்பதும் இவ்வகை உடன்பாட்டு விதி எனவே அறிய வேண்டும். ஆக 'ன' வருமொழி 'த'வை 'ற'வாகவும், 'ண' வருமொழி 'த'வை 'ட'வாகவும் மாற்றுவது 'உச்சரிப்பு இடத்தின் உடன்பாடு' என்னும் காரணத்தால் ஏற்பட்டிருக்கிறது. 'ன'வுக்கு அருகாமையில் 'ற'வும் 'ண'வுக்கு அருகாமையில் 'ட'வும் உச்சரிக்கப்படுகிறது என்பது குறிப்பிடத்தக்கது.

இவ்வாறே முன்னோக்கு இயைபு ஒலிமாற்றங்களை 'த' 'ற'வாக மாறுவதிலும் காண்கிறோம்.

திண்டோர் நள்ளி கானத் தண்டர்
பல்லாப் பயந்த **நெய்யிற் றொண்டி** (குறுந். 211)

இப்பாடலில் 'நெய்யிற்றொண்டி' என்னும் சொல்லில் 'தொண்டி' 'றொண்டி' என மாறியிருப்பதும் முன்னோக்கு இயைபு விதி எனவே கொள்ள வேண்டும். குறிப்பாக இந்த எடுத்துக்காட்டில் சுழற்சி விதி செயல்பட்டுப் பின்னோக்கு இயைபு விதியும் ஏற்பட்டிருப்பதை நோக்கலாம்.

ஒவி1: ல் → ற் /______த்

நெய்யில் + தொண்டி > நெய்யிற் தொண்டி (ஒலிப்பு முறை உடன்பாடு)

சுழற்சி:

ஒவி5: த் → ற் / ற்______

நெய்யிற் + தொண்டி > நெய்யிற் றொண்டி (உருவாக்க இட உடன்பாடு)

முதற்கட்டத்தில் 'ல' வருமொழி 'த'வை 'ற'வாக மாற்றுகிறது. அடுத்தக்கட்டத்தில் 'ற' வருமொழி 'த'வை 'ற'வாக மாற்றுகிறது. இவ்வாறே 'நன்னெடுங் கூந்தல்', 'நன்னெறி', 'நன்னூல்', 'நற்றாள்'

போன்ற சொற்களிலும் 'ல', 'ந' ஆகிய ஒலிகளுக்கிடையே ஏற்படும் மாற்றத்தையும் விளக்கவேண்டும்.

ஒவி4: ல் → ன /______{ம், ந், ன்}

நல் + நெடும் > நன் நெடும் (ஒலிப்பு முறை உடன்பாடு)

சூழற்சி:

ஒவி26: ந் → ன் / ன்______

நன் + நெடும் > நன்னெடும் (ஒலி உருவாக்க இட உடன்பாடு)

ஒவி1: ல் → ற் / ________{க, ச, த, ப}

நல் + தாள் > நற் தாள் (ஒலிப்பு முறை உடன்பாடு)

பொற்காசு, தற்காப்பு; பிற்சேர்க்கை, பாற்பாயசம்

சூழற்சி:

ஒவி5: த → ற் / ற்________

நற் + தாள் > நற்றாள் (ஒலி உருவாக்க இட உடன்பாடு)

சில இடங்களில் 'ன' 'த' முன் 'ந்' ஆக மாறுவதையும் காண்கிறோம். இவ்வகை மாற்றம் ஒலி உருவாக்க உடன்பாட்டு மாற்றமாகும். ஏனெனில் முன்பல் ஒலியானது பல்லொலியான 'த'வுக்கு முன் பல் மூக்கொலியான 'ந்' ஆக மாறுகிறது.

ஒவி27: ன் → ந் /___________த *(என்+தாய் > எந்தாய், முன்+து > முந்து)*

ஒரு சில இடங்களில் 'ன' 'ப்'வாக மாறுவதையும் காண்கிறோம்.

ஒவி28: ன் → ப்/ம் / __________ப

முன்+பாட்டன் > முப்பாட்டன், முன்+பாதி > முப்பாதி

தேன்+பா+அணி > தேம்பாவணி

தூவற்கலித்த தேம்பாய்புன்னை (புறம்.24)

(தேன்+பாய்+புன்னை > தேம்பாய்புன்னை)

தொடர் வரம்பு (#) கொண்ட இடங்களில் 'ன்' மாறாமல் இருப்பதையும் காண்கிறோம். (இரு வேறு வரம்புகள் பற்றிய விளக்கங்களுக்கு காண்க: §2.16). 'முன்பக்கம்', 'பின்கதவு' ஆகிய எடுத்துக்காட்டுகளில் மாறாமலும் மற்ற இடங்களில் 'பிற்சேர்க்கை', 'முற்காலம்' ஆகிய எடுத்துக்காட்டுகளில் 'க' முன் 'ற்'வாக மாறும் விதியையும் காண்கிறோம். குறிப்பாக முன்னொட்டாக இணையும்போது 'ன்' 'ம்' அல்லது 'ப்' ஆக

மாறுகிறது. மாறாக கூட்டுப்பெயராக இணையும்போது இது மாறாது என்பது குறிப்பிடத்தக்கது.

2.7. ஒலிப்பு முறை உடன்பாடு, ஒலி உருவாக்க இடத்தின் உடன்பாடு

குறிப்பாக இவ்வகை அடுக்கு மாற்றங்களில் எந்த மாற்றம் முதலில் ஏற்பட்டு அடுத்த மாற்றத்துக்கு வழிகோலியது என்பதைக் கண்டறிவதும் இன்றியமையாததாகிறது. 'நல்+தாள் > நற்+தாள்>நற்றாள்' என மாறியதா இல்லை 'நல்+தாள்>நல்+றாள் >நற்றாள்' என மாறியதா என்பதை அறிய முற்படும்போது ஒவ்வொரு மாற்றத்துக்கான காரணத்தையும் சரியாக அறியலாம். 'ல்' 'ற்'வாக மாறுவதை 'பற்பொடி', 'கற்கண்டு' ஆகிய சொற்களில் காணலாம். இதனால் 'ல்' > 'ற்'வாக மாறுவதே முதல் நிலை எனவும், 'ற்' 'த'வை 'ற'வாக மாற்றுகிறது என்பதை அடுத்த நிலையாகவே கருத வேண்டும். முதலில் ஏற்படுவது வெடிப்பொலிக்கு உடன்பட்டு 'ல' 'ற'வாக மாறுவது. பின்னர் 'த' 'ற'வாக மாறுவது 'ற' உச்சரிக்கப்படும் இடத்துக்கு உடன்பட்டு ஏற்படுவதாகும். இவ்வகையில் முதலில் ஏற்படுவது ஒலிகளின் ஒலிப்புமுறைக்கு உடன்படுவதும், பின்னர் ஒலிகளின் உச்சரிப்பு இடத்துக்கு உடன்பட்டு நிகழ்வதும் ஒரு குறிப்பிட்ட முறையாகக் கொள்ளலாம்.

இக்கருத்தினடிப்படையில் 'நன்னெடும்', 'திண்டேர்' போன்ற மாற்றங்களையும் விளக்கலாம்.

2.8. இடையின ஒலிகளின் விடுபடு விதியால் ஏற்படும் மாற்றங்கள்

இரு உயிர்களுக்கு இடையே வரும் இடையின ஒலிகளான ய, ர, வ, ழ ஆகிய ஒலிகள் பேச்சுத் தமிழில் விடுபடும் தன்மையைக் கொண்டுள்ளன. 'ஆய்த்தி' என்பது 'ஆச்சி' எனவும், 'கொண்டுவா' என்பது 'கொண்டா' எனவும், 'வியர்வை' என்பது 'வேர்வை' எனவும், 'தாழ்வாரம்' என்பது 'தாவாரம்' எனவும், 'போர்த்து' என்பது 'போத்து' எனவும், மற்றும் இது போன்ற இன்னும் பல மாற்றங்கள் ஏற்பட்டவிதத்தையும் அவற்றுக்குட் பட்ட ஒலியன் விதிகளையும் பட்டியலிட வேண்டியது முக்கியமான ஒன்றாகும். இதற்கு முக்கியக் காரணம் தமிழ் மொழியின் பல வேர்ச்சொற்கள் இவ்வகை ஒலியன் விதிகளால் மறைந்துள்ளன என்பதே. 'ஆய்', 'கொள்', 'வியர்', 'தாழ்வு', 'வாய்' போன்ற வேர்ச்சொற்களையும் 'ஆச்சி', 'கொண்டா', 'வேர்வை', 'தாவாரம்', 'வாக்கப்படு' போன்ற பேச்சு வழக்குச் சொற்களை யும் தொடர்புப்படுத்துவது ஒலியன் விதிகளே. இதைப் போன்றே

‘க’ என்னும் வெடிப்பொலி ‘ஹ’ என்னும் வலுவற்ற உரசொலியாக மாறும் போதும் அது விடுபடும் தன்மையைக் கொண்டுள்ளது. எடுத்துக்காட்டாக, ‘ஆகும்’ என்னும் சொல் ‘ஆம்’ என ஆகி, ‘ஆம்’, ‘ஆம்’ என்னும் தொடர் ‘ஆமாம்’ என வந்துள்ளது. ‘ஆமாம்’ என்னும் சொல்லை உடன்படு சொல்லாகக் கருதுகிறோமே தவிர இதை ‘ஆகும் ஆகும்’ என்னும் தொடராகக் காண்பதில்லை. அஃது > அது எனவும், இஃது > இது என மாறியதும் இவ்விடுபடு விதியின் காரணமாகவே. ஃ என்னும் ஒலியை ஆய்த எழுத்து என உயிரொலியோடு இணைத்திருப்பினும் இதுவும் ஹ என்னும் உரசொலியின் வலுவிழந்த தன்மையைக் கொண்டிருப்பதாலேயே விடுபடும் தன்மையைப் பெறுகிறது. இது போன்று வலுவிழந்த ஒலிகள் விடுபடுவதால் ஏற்பட்ட மாற்றங்களை இப்பகுதி விளக்குகிறது. முக்கியமாக ‘ஆவது’ (< ஆகுவது), ‘ஆது’ (< ஆகாது), ‘லாம்’ (< அல் ஆகும்) ஆகிய உருபுகள் தமிழுக்குக் கிடைத்த விதத்தையும் வரலாற்று மொழியியல் அடிப்படையிலும் ஒலியன் விதிகளின் வழியும் இப்பகுதி விளக்க முயற்சிக்கிறது.

2.8.1. ‘க’, ‘ஃ’ விடுபடு விதி

இரண்டு உயிரொலிகளுக்கு இடையில் வரும் இடையின ஒலிகளாகிய ய, ழ போன்றவையும் உரசொலியாகிய ‘க’ (<ஹ)–வும் பேச்சுத்தமிழில் விடுபடும் தன்மையன. இம்மாற்றத்துக் குள்ளான பெரும்பாலான சொற்களைச் சங்க இலக்கியங்களிலும் பக்தி இலக்கியங்களிலும் இவை பேச்சுத்தமிழ்ச் சொற்கள் என்னும் பாகுபாடு இன்றியே பயன்படுத்தி வந்துள்ளமை நோக்கத்தக்கது. இரு உயிர்களுக்கு முன் வெடிப்பொலிகள் தங்களது அதிர்வுப் பண்பை அடைவதால் பல்வேறு விடுபடு விதிகளுக்கு *(lenition)* உட்படுகின்றன. இவ்வகையில் இவ்விடுபடுவிதிகளுக்கு மூலக்காரணம் இந்த அதிர்வற்ற நிலையை அடைவதுதான் எனக் கூறலாம்.

ஒவி: 29: க → க(ஹ) / உயிர் ________________***உயிர்*** *(பகல், முகம், வேகம்)*

ஒவி: 30: க, ச, ட, த, ப → க (g) / ச் (s), ட (d) / த (d) / ப (b)

*{ங்/ஞ்/உயிர்}*____________*உயிர்(தங்கம், மாசம், பாடம், பாதை, சாபம்)*

‘க’ ‘ங்’முன் ‘க் (g) ஆகவும், ‘ச’ ‘ஞ்’முன் ‘ச (j) ஆகவும் உயிர்களுக் கிடையில் முறையே க (g) மற்றும் ச (s) ஆகவும் மாறுகின்றன. ஏனைய வெடிப்பொலிகளான ட, த மற்றும் ‘ப’அவற்றின் அதிரொலி கொண்ட ஒலிகளாக (d, d, b) மாறுகின்றன. இவற்றில்

(ஹ) ஒலி மட்டுமே சில சொற்களில் இரு உயிர்களுக்கிடையே விடுபடும் தன்மையைக் காண்கிறோம்.

ஓவி31: க (ஹ)→Ø / V ______V

போகும் > போம், சாகும் > சாம், நோகும் > நோம், வேகும் > வேம் போன்றமாற்றங்களைத் தமிழ் இலக்கியங்களில் பல இடங்களில் காண்கிறோம். இந்த மாற்றத்தின் வழியே 'வேகமாக > வேகமா', 'சுகமாக > சும்மா' போன்ற 'ஆக' விகுதியின் 'ஆ' என்னும் பேச்சு வழக்கில் ஏற்படும் மாற்றத்தையும் விளக்க வேண்டும்.

இந்த ஒலியன் விதி போன்றே ஃ விடுபடு விதியையும் விளக்க வேண்டும். ஒரு உயிர்க்குப் பிறகு மெய்யுக்கு முன் ஃ வரும்போது மென்தன்மை காரணமாக விடுபடுகிறது.

ஓவி32: ஃ →Ø / V______C

அஃது > அது
இஃது > இது
எஃது > எது

நொடியி லிஃது பயின்றிட லாகும்
(பாரதியார் – தெய்வப் பாடல்கள் 77).

மார்பி னஃதே மை இல் நுண்ஞாண் (அகம். 1)

அஃகஞ் சுருக்கேல் (ஆத்திசூடி 13)

மாறாக, எஃகு, பஃறொடை, பஃறுளி, அஃகம் போன்ற சொற்களில் ஃ விடுபடுவதில்லை.

அஃகி/அக்கின், பஃகான்/பக்கம், அஃது/அத்து என்னும் சொற்களைச் சுட்டிக்காட்டும் பாலசுப்பிரமணியன் (2001) இவ்விடங்களில் ஃ வருமொழியின் வெடிப்பொலியாக மாறுகிறது என்கிறார். இதன் அடிப்படையில் மேலே கொடுக்கப்பட்ட விதியோடு கீழ்க்கண்ட விதியையும் இணைக்க வேண்டியுள்ளது.

ஓவி33: ஃ →{க, ச, ட, த, ப, ற}/____________{க, ச, ட, த, ப, ற}

இவ்விதியின்படி, 'நறுவடி மாஅத்து விளைந்துகு தீப்பழம் (ஐங். 61)', துன்னருந் திறல் கமழ்கடாஅத்து (புறம். 3) ஆகிய இடங்களில் வரும் 'அத்து' என்னும் சொல்லை 'அஃது' என மீளுருவாக்கம் செய்ய வேண்டியிருக்கிறது. பாலசுப்பிரமணியம் கொடுக்கும் அஃடு (புறம். 319.4)/அட்டு (புறம். 104.3), அஃகிய (மலை 551)/அக்குரன் (பதிற்று. 14.7), எஃகு (புறம். 26.6)/எக்கர் (புறம். 42.23), அஃதை (புறம். 347.5)/அத்தம் (புறம். 23.22), அத்தை (புறம். 2.20), பஃறி (பதிற்று. 39) /பற்றி (குறிஞ். 231) போன்ற

எடுத்துக்காட்டுகளையும் இங்குக் கவனத்தில் கொள்ள வேண்டும். (காண்க: *Balasubramanian (2001: 60)*. இருப்பினும் பஃறுளி என்னும் சொல்லை 'பற்றுளி' என அறிய வாய்ப்பிருக்காது. ஏனெனில் இங்கு ஃ என்னும் ஒலி 'ல் → ஃ/________த – ஒவி.2' என்னும் விதியின் அடிப்படையில் மாறியுள்ளது. ஒலியன் விதிப்படி மாறும் ஒலிகள் ஒரு முறைக்கு மேல் மாறாது என்னும் உண்மையைச் சுழற்சிமுறையில் ஏற்படும் மாற்றங்களின் அடிப்படையில் உணரலாம்.

சிற்றின்பம் வெஃகி அறனல்ல செய்யாரே
மற்றின்பம் வேண்டு பவர். (திருக். 173)

இலமென்று வெஃகுதல் செய்யார் புலம்வென்ற
புன்மையில் காட்சி யவர். (திருக். 174)

அஃகி அகன்ற அறிவென்னாம் யார்மாட்டும்
வெஃகி வெறிய செயின். (திருக். 175)

இங்கு 'வெஃகி, வெஃகுதல்' என்னும் பயன்பாடு 'விரும்பு' என்னும் பொருளில் வருகிறது. ஆனால் இதற்கு இணையான '*வெகி', '*வெகுதல்' என ஃ விடுபட்டச் சொற்களோ'க' இரட்டித்த '*வெக்கு' என்னும் சொல்லோ வழக்கில் இருப்பதாகத் தெரியவில்லை.இந்நிலையில் 'வெஃகு' என்னும் சொல்லை இக்காலத்தமிழில் வழக்கிழந்த சொல்லாகவே கொள்ள வேண்டும்.

ஒவி34: க → வ / V ______V

இக்காலப் பேச்சுத்தமிழில் சுகம் › சொவம், மகன் › மவன், தாகம் › தாவம் போன்றவை சரளமாகப் பயன்படுவதையும் காண்கிறோம். இச்சொற்களில் இரண்டாவது வகைச் சொற்கள் ஏற்பட்டதற்குக் காரணம் 'க' ஒலி விடுபடுவிதியேயாகும்.

நோம்என் நெஞ்சே நோம்என் நெஞ்சே
இமைதீய்ப் பன்ன கணணீர் தாங்கி
அமைதற் கமைந்தநங் காதலர்
அமைவிலர் ஆகுதல் நோம்என் நெஞ்சே
– காமஞ்சேர் குளத்தார் (குறுந். 4)

உள்ளின் உள்ளம்வேமேஉள்ளா
திருப்பினெம் அளவைத் தன்றே வருத்தி
வான்றோய் வற்றே காமம்
சான்றோர் அல்லர்யாம் மரீஇ யோரே (குறுந். 103)

'நோம்' 'வேம்' என்னும் சொற்களை 'நோகும்' 'வேகும்' என்னும் இலக்கிய வழக்கின் பேச்சு வழக்கு என்று கொள்ளும்போது பேச்சு வழக்கும் இலக்கியத்தில் பயன்படுத்தப்பட்டிருக்கிறது

என்பதற்கான எடுத்துக்காட்டு இப்பாடல்கள். ‘ஆகுதல்’ என்னும் பயன்பாட்டையும் இங்கு நோக்கலாம். ‘ஆதல்’ என்னும் வழக்கு ‘கு’ விடுபட்டு வந்திருப்பதை இங்குச் சுட்டிக்காட்ட வேண்டும்.

இது போன்று இன்னும் பல இலக்கியப் பாடல்களைச் சுட்டிக்காட்டலாம். இவ்வெடுத்துக்காட்டுகளின் வழி சங்கப் பாடல்களில் முழுவதுமாக இலக்கியச் சொற்களே பயன்படுத்தப்பட்டுள்ளன என்றில்லாமல் அவ்வப்பொழுது பேச்சுவழக்கையும் கலந்து பாடியுள்ளனர் என்றே அறிய வேண்டும்.

மேலும் ‘ஆகினேன்’ என்னும் சொல்லிலிருந்து ‘ஆனேன்’ என்னும் சொல் வந்ததும், ‘ஆன’ என்னும் உருபு வந்ததும் ‘ஆகாது’ என்னும் சொல்லிலிருந்து ‘ஆது’ என்னும் உருபு வந்ததும் இந்த ‘க’ ஒலியன் விடுபடு விதியினால்தான் எனக் கொள்ள வேண்டும். ‘ஆகினால்’ என்னும் சொல் ‘ஆனால்’ என மாறியதும் இவ்விடுபடு விதியினால்தான் எனக் கூற வேண்டும். ‘ஆயின்’ என்னும் நிபந்தனைச் சொல்லைப் பரவலாக நாம் சங்கத் தமிழில் காணலாம். இச்சொல்லின் முன் வடிவம் ‘ஆகின்’ என்றே இருந்திருக்க வேண்டும். ‘க’ விடுபட்டு ‘ஆ’ மற்றும் ‘இன்’ இணையும்போது ‘ய’ இணைக்கப்பட்டு ‘ஆயின்’ என்னும் வழக்கு வந்துள்ளது. இம்மாற்றம் சங்ககாலத்திலேயே ஏற்பட்டிருக்கிறது என்பதை அறியும்போது இத்தகைய மாற்றங்களை இக்கால மொழி மாற்றம் என்று கொள்ளாமல் காலங்காலமாகப் பேச்சு வழக்கு, இலக்கிய வழக்கு என்னும் இரு நிலை இருந்துவந்துள்ளது எனவும், இவ்விரு வழக்கையும் மாறி மாறிப் பயன்படுத்திவந்துள்ளோம் எனவும் கொள்ள வேண்டும். இவ்வகையில் வட்டார வழக்கு என்பதையும் இலக்கிய வழக்கோடு இணைந்து வழக்கில் வரும் வழக்குகள் என்றே கொள்ள வேண்டும் என்பதும் உறுதிப்படக் கூற வேண்டியுள்ளது.

பிரியாய் **ஆயின்** நன்றுமற றில்ல (அகம். 33:17)
நீ உறும் பொய்ச் சூள் அணங்கு **ஆகி**ன்மற்று இனி
(கலி. 88:20)

இங்கு ‘ஆயின்’ என்னும் ‘க’ விடுபடு விதி ஏற்பட்டு விளைந்த சொல்லையும் விடுபடு விதி நிகழாத ‘ஆகின்’ என்னும் சொல்லையும் காண முடிகிறது. இத்தோடு ‘ஆகின்றே’ என்னும் ‘ஆகிறது’ என்னும் சொல்லுக்கு இணையாகப் பயன்படுத்தியுள்ள சொல்லில் ‘க’ விடுபடாதது குறிப்பிடத்தக்கது.

நகை **ஆகின்**றே தோழி நெருநல் (அகம் 56:1)

இங்கு 'க' 'கின்று' என்னும் உருபோடு வந்துள்ளது. 'ஆகு' என்னும் சொல்லில் 'க' விடுபட்டு 'ஆ' என்னும் வினையாகி 'கின்று' என்னும் விகுதியை ஏற்று 'ஆகின்று' என வந்துள்ளது குறிப்பிடத்தக்கது. 'ஆகுகின்றே' என வருதற்குப் பதிலாக 'ஆகின்று' என வருவது 'க' விடுபடு விதியினால்தான் எனக் கொள்ள வேண்டும்.

வரலாகும், பார்க்கலாகும் போன்ற 'லாகும்' என்னும் விகுதியோடு கொண்ட சொற்களைப் பக்தித் தமிழிலிருந்து பத்தொன்பதாம் நூற்றாண்டுத் தமிழ் வரை பரவலாகக் காண முடிகிறது.

அளியது எனலாகும் ஆன்மாவை யன்றி   (திருமந். 2325:2)
தலைப்பட லாகும் தருமமும் தானே   (திருமந். 2666:4)
நுண்மை கொண்ட பொருளிது கண்டீர்
நொடியி லிஃது **பயின்றிட லாகும்**
                              (பாரதியார் – தெய்வப் பாடல்கள் 77).
கால்கொண் டடித்து **விழுந்திடலாகும்**
                              (பாரதியார் – ஞானப் பாடல்கள் 2)

'அல்' என்னும் விகுதி 'வரல்', 'போகல்' போன்ற சொற்களின் வழி 'வர', 'போக' என்னும் வினையெச்ச விகுதியாக இடைக்காலத் தமிழில் பயன்படுத்தப்பட்டு வந்துள்ளது என்பதை மேற்படி எடுத்துக்காட்டுகள் வழி அறியலாம். இருப்பினும், 'ஆகும்' என்னும் சொல்லின் 'க' விடுபடு விதியாலும், 'அலாகும்' > 'அ லாகும்' > 'அ லாம்' என்னும் அன்வயப்படுத்தல் விதியின் காரணமாகவும் 'அல்' என்னும் விகுதியின் பயன்பாடு இக்காலத் தமிழில் மறைந்துவிட்டது என்பதற்கான எடுத்துக்காட்டுகள் இவை. இக்காலத்தமிழின் இலக்கணத்தை ஆர்டன் இலக்கணம் வழிக் கண்டபோது 'லாம்' என்னும் விகுதியைப் பிரித்துக் காண வேண்டிய சூழல் ஏற்பட்டது. (காண்க: அரங்கநாதன் 2020, Arden 1942). இவ்வெடுத்துக்காட்டுகள் வழிக் குறிப்பாக 'லாம்' என்னும் விகுதி 'க' விடுபடு விதியின் காரணமாகவே தமிழில் கொண்டுள்ளோம் என்பது குறிப்பிடத்தக்கது.

2.8.2. 'ர' விடுபடு விதி

ஓரசைச் சொற்கள் தவிர பெரும்பாலான 'ர' கொண்டு வரும் வினைகளாகிய 'போர்த்து', 'கோர்க்க/கோர்த்து', 'பார்த்து/பார்க்க' போன்றவற்றில் உள்ள 'ர' விடுபட்டு முறையே 'போத்து', கோக்க/கோத்து', 'பாத்து/பாக்க' எனப் பேச்சுத்தமிழில் மாறும் பண்பைக் காணலாம். இம்மாற்றம் பெரும்பாலும் பெயர்களில் நடப்பதில்லை. 'பார்வை', 'தேர்ச்சி'

போன்ற சொற்களில் இம்மாற்றம் ஏற்படுவதில்லை. குறிப்பிட்ட வினைகளில் மட்டுமே நடப்பதால் இதற்கான ஒலியன் விதியைக் கொடுப்பது இயலாததாக இருக்கிறது.

ஒவி34அ: ர → Ø/ V____V

தீர்ந்து > தீந்து

பிணிநிறம்தீர்ந்து பெரும்பணைத்தோள் வீங்க   (ஐந்திணை. 18)

நீர்த்து > நீத்து

மீர்ந்து > மீந்து

முகர்ந்து > *முர்ந்து > மோந்து (க விடுபடு விதியும் ஈடுகட்டும் முதல் அசை நீட்டிப்பு)

முகர்ந்து > முகந்து (என்பதில் நீட்டிப்பு விதி நிகழவில்லை)

பாய முழங்கிப் படுகடலுள் நீர்முகந்து   (ஐந்திணை. 26)

நுரைமுகந்தன்ன மென்பூஞ் சேக்கை   (புறம் 50)

2.8.3. 'ழ' விடுபடு விதி

இரு உயிர்களுக்கிடையே வரும் ழ என்னும் உரசொலியும் விடுபடுவதைத் தமிழில் பல எடுத்துக்காட்டுகள் மூலம் காண்கிறோம். 'தாழ்வாராம்' என்பது 'தாவாரம்' என வந்துள்ளதை இதற்கான எடுத்துக்காட்டாகக் கூறலாம். இது போன்றே கீழே கொடுத்துள்ள எடுத்துக்காட்டுகளையும் நோக்க வேண்டும்.

ஒவி35: ந் → ண் / ழ____சோழநாடு > சோணாடு, வாழ்நாள் > வாணாள்

ஒவி36: ழ் → Ø /V____Vபொழுது > போது, செழும் > செம்

ஒவி36அ: ழ் → Ø/V____Cதாழ்ப்பாள் > தாப்பாள், தாழ்வாரம் > தாவாரம்

சூடிய வாரமு மாணையுஞ் சோணாடும்
                                        (ஒட்டக்கூத்தர் – மூவருலா 273)

சுழியிட்ட காவிரிக்குச் சோணாடு வாழ
                                        (ஒட்டக்கூத்தர் – மூவருலா 85)

இவ்வெடுத்துக்காட்டில் ழ முதலில் ந எனும் முன் பல் ஒலியை 'ண' எனும் சுழற்றொலியாக மாற்றிவிட்டு விடுபடுகிறது என்பதை நோக்க வேண்டும். 'வாழ் + நாள் > வாணாள்' என்பதும் இதற்கு இன்னொரு எடுத்துக்காட்டு. விடுபடு ஒலிகளின்

இத்தகைய பண்பை இன்னும் வேறு சில எடுத்துக்காட்டுகளிலிலும் காணலாம் (எடு. ஆய்த்தி > ஆச்சி). விடுபடுவதற்கு முன் முன்னே, பின்னே உள்ள ஒலிகளை மாற்றிவிட்டு அவை விடுபடும். இதைப் பொதுவிதியாகக் கொள்வது அவசியம். இதைச் சுழற்சிவிதி எனக் கூறுகிறோம். (காண்க: அரங்கநாதன் 2019, *Kiparsky 1982*).

'ழ' விடுபட்டுப் பரவலாகப் பயன்படுத்தப்படும் இன்னொரு சொல் 'பொழுது > போழ்து > போது' என்பதாகும். இக்காலத்தில் 'போது', 'பொழுது' என்னும் இரு சொல்லையும் பரவலாகப் பயன்படுத்துகிறோம். முன்னது பேச்சு வழக்கு, இலக்கிய வழக்கிலும் பின்னதை இலக்கிய வழக்கில் மட்டுமே பயன்படுத்தி வருகிறோம். இந்நிலைக்குக் காரணம் 'போது' என்னும் சொல் 'போழ்து' என்னும் இலக்கிய வழக்கிலிருந்து 'ழ' விடுபடு விதியினால் ஏற்பட்ட பேச்சு வழக்காகும். இருப்பினும் இப்பேச்சு வழக்கையும் பிற்காலத்தில் இலக்கிய வழக்காகவும் பயன்படுத்திவருவது குறிப்பிடத்தக்கது. இதைப் பின்வருமாறு விளக்கலாம்.

இலக்கிய வழக்கு > பேச்சு வழக்கு

இலக்கிய வழக்கு > பேச்சு வழக்கு > பேச்சு வழக்கு/ இலக்கிய வழக்கு

இவ்விளக்கத்தின்படி ஒரு சில பேச்சு வழக்குச் சொற்களை இலக்கிய வழக்காகவும் மயக்க நிலையில் தமிழில் பயன்படுத்தி வருகிறோம் என்பதே. 'போது' என்னும் சொல் இதற்குச் சிறந்த எடுத்துக்காட்டாகும்.

நீராடும்போழ்தில் நெறிப்பட்டார் எஞ்ஞான்றும்
(ஆசாரக்கோவை 14:1)

தண்பெயல் எழிலி தாழ்ந்த போழ்தே (அகம் 175:18)

ஆர்கலி வளவயின் போதொடு பரப்பப் (அகம் 273:3)

புகரில் குவளைப் போதொடு தெரிஇதழ் (அகம் 393:24)

'போழ்து', இதனுடைய பேச்சு வழக்கான 'போது' எனும் சொல்லையும் மயக்கத்துடன் சங்கத் தமிழிலேயே பயன்படுத்தப்பட்டு வந்துள்ளதிலிருந்து பேச்சு வழக்கும் இலக்கிய வழக்காக மாறியிருப்பது குறிப்பிடத்தக்கது.

மேலும் 'போ' என்னும் இக்காலச் சொல் 'போழ்' என்னும் அடியிலிருந்துதான் வந்துள்ளது என்பதற்கும் இவ்விதியின் வழி எடுத்துரைக்கலாம். 'போழ்ந்தது' என்னும் வழக்கைச் சங்கத் தமிழிலும் பக்தித் தமிழிலும் அதிகமாகக் காணலாம்.

பொன்னகலம் வள்ளுகிரால்போழ்ந்து புகழ்படைத்த...
                                                    (திவ்யப். 2763)

அரிகால் போழ்ந்த தெரிபகட்டு உழவர்   (அகம் 41:6)

2.8.4. செம்புலம் என்னும் சொல்லைச் செழும்புலம் எனப் படித்தறிய வேண்டும்

செம், செழும் எனச் சங்கப் பாடல்களில் 'ழ' இணைந்தும், 'ழ' விடுபட்டும் பார்க்கிறோம்.

சினைவளர் வேங்கைகள் யாங்களநின்(று)
ஆடும்செழும்பொழிலே   (திருக்கோவையார் 170)

சிந்தைசெய் அந்தணர் சேரும்செழும்புவி
நந்துதல் இல்லை நரபதி நன்றாகும்   (திருமந். 234)

இவ்வகையில் 'செழும்' என்னும் பெயரடையில் 'ழ' விடுபடு விதியால் 'செம்' என்னும் சொல் பயன்பாட்டில் வந்திருக்கிறது. இந்த நோக்கில் பின்வரும் குறுந்தொகை வரியில் வரும் 'செம்புலம்' என்பதை 'சிகப்பான' நிலம் என்று நோக்குவதை விடுத்து 'செழுமையானபுலம்' எனவே நோக்க வேண்டியிருக்கிறது.

செம்புலப் பெயனீர் போல
அன்புடை நெஞ்சம் தாங்கலந் தனவே.   (குறுந். 41)

செழுமையான நிலத்தில் பெய்த தூய்மையான மழை நீர் போல உள்ள நெஞ்சங்கள் இரண்டும் கலந்தனவே என்றே இங்குப் புலவர் கூறியிருப்பதாக அறிய வேண்டுமே தவிர சிவந்த மண்ணும் நீரும் ஒன்றரைக் கலந்து மாறிய சிகப்பு நீர் போல நம் நெஞ்சங்கள் கலந்தன என்று அறிவது தவறான பொருளாகும். இவ்வகையில் மேற்படி 'ழ' விடுபடு விதி இச்சிக்கலைத் தவிர்க்க உதவுகிறது என்றே கூற வேண்டும்.

சில இடங்களில் 'ழ'கரம் 'ள'கரமாக மாறுவதைச் சுட்டிக் காட்டும் சண்முகம் பேச்சு வழக்கில் 'பழம் > பளம்', 'மழை > மளை' போன்ற 'ழ'கரம் 'ள'கரம் மாறுவதையும் சங்ககாலத்தில் 'பவழம் > பவளம்', 'கவழம் > கவளம்' ஆக மாறுவதையும் ஒப்பிடுகிறார். (காண்க: சண்முகம் 2004:38).

2.9. 'ய' விடுபடு விதி

'ய' இரண்டு உயிர்களுக்கிடையே வரும்போது அது விடுபடும் சூழல் ஏற்படுகிறது. இவ்விதியின் காரணமாகத் தமிழில் சில சொற்களின் வேர்ச்சொற்களைக் காண்பது அரிதாகிறது. எடுத்துக்காட்டாக, 'ஆச்சி மசாலா' என்று நாம் பரவலாகப் பயன்படுத்தி வரும் இச்சொல் 'ய' விடுபடு விதியால் 'ஆய்'

என்னும் சொல்லிலிருந்து வந்துள்ளது குறிப்பிடத்தக்கது. 'ஆய்' என்னும் சொல்லைத் சங்கத் தமிழில் 'தாய்' என்னும் சொல்லுக்கு இணையாகப் பயன்படுத்தி வந்துள்ளதைக் காணலாம்.

யாயும் ஞாயும் யாரா கியரோ (குறுந். 40)

'என்னுடைய தாயும் உன்னுடைய தாயும் யாரோ' என்னும் பொருளில் வந்துள்ள இக்குறுந்தொகைப் பாடலில் வரும் 'யாய்' என்னும் சொல் 'ஆய்' என்னும் சொல்லாகும்.

மா மருண்டன்ன மழைக் கண் சிற்று ஆய்த்தியர் (கலி. 108)

'ஆய்த்தியர்' என்னும் சொல்லில் 'ய' வருமொழி 'த்த்' என்னும் ஒலிகளை 'ச்ச்' என மாற்றிவிட்டு விடுபடுவதால், 'ஆச்சி' என்னும் சொல்லைப் பேச்சு வழக்கில் பெற்றுள்ளோம். இதையும் சுழற்சிமுறை ஒலியன் விதி வழி விளக்க வேண்டும். (காண்க: அரங்கநாதன் 2019). 'ஆய்' என்னும் சொல்லுக்கும், 'தாய்' என்னும் சொல்லுக்கும் உள்ள தொடர்பு ஆய்ந்தறிய வேண்டிய ஒன்று. ப.ரா. சுப்பிரமணியம் தனது "மறைந்த சங்கத் தமிழ்ச் சொல்" என்னும் கட்டுரையில் 'ச' விடுபடு விதி பற்றிக் குறிப்பிடுகிறார். 'சான்றோர்' > 'ஆன்றோர்', 'சிறகு' > 'இறகு', 'சிதை' > 'இதை' என்னும் சொற்களில் 'ச' விடுபடு விதி பற்றிக் குறிப்பிடுகிறார் சுப்பிரமணியம். இவ்விதியை ஒரு பொது விதியாக மொழி முதல் வெடிப்பொலி விடுபடு விதி எனக் கொண்டு 'தாய்' > 'ஆய்' என மாறியதாகவும் கொள்ளலாம். இதையே வெடிப்பொலிச் செருகல் என்னும் விதிப்படியும் விளக்கலாம். 'ஆய்' என வழங்கி வந்த சங்ககாலச் சொல்லில் 'த' இடைக்காலத்தில் செருகப்பட்டு இக்காலத்தில் 'தாய்' எனப் பயன்படுத்துகிறோம் எனவும் அறியலாம். முக்கியமாக 'ஆன்றோர்', 'இறகு', 'இதை', 'ஆய்' என்பன காலத்தால் முற்பட்டவை எனவும், சங்ககாலத்தில் இவை பரவலாகப் பயன்பட்டு வந்து பின்னர் இடைக்காலத்தில் வெடிப்பொலிச் செருகல் ஏற்பட்டு இக்காலச் சொல்லாக 'சான்றோர்', 'சிறகு', 'சிதை', 'தாய்' என்பனவற்றைப் பயன்படுத்தி வருகிறோம் எனவும் விளக்கலாம். இருப்பினும் மொழி முதல் வெடிப்பொலி விடுபடுவதற்கான காரணத்தையோ மொழிமுதல் வெடிப்பொலிச் செருகலுக்கான காரணத்தையோ எந்த ஒரு நிபந்தனையும் இல்லாத ஒரு ஒலியன் விதியாகத்தான் கொள்ள வேண்டும். 'ற்ற்' > 'த்த்' ஆகத் தமிழில் மாறுவதையும், 'ய' > 'ச'வாக மாறுவதையும் நிபந்தனையற்ற ஒலியன் விதிகள் என முன்னர் விளக்கினோம் என்பதைக் கவனத்தில் கொள்ள வேண்டும்.

இச்சூழலில் 'தமிழ்' என்னும் சொல்லையும் 'த' செருகல் விதியின் அடிப்படையில் ஆய்ந்தால் 'அமிழ்' என்னும் மூலச் சொல்லில் 'த' செருகல் நிகழ்ந்து 'தமிழ்' என்னும் சொல்

உருவாகியிருக்கிறது என ஊகிக்கலாம். 'அமிழ்' என்னும் சொல்லையும் 'அமிழ்து' என்னும் சொல்லையும் இணைத்து, 'தமிழுக்கு அமிழ்தென்று பெயர்'என்னும் பாரதிதாசனின் பாடல் வரியையும் இங்கு நினைவுகூரலாம். எமனோ தனது கட்டுரையில் 'த' என்னும் ஒலி 'தன்' என்னும் பிரதிப்பெயரின் வெளிப்பாடு என்கிறார். 'தன் + ஆய் > தாய்' என்பதை 'எந்தை, நுந்தை, தந்தை' என்பது போன்ற வெளிப்பாட்டின் வழி அறிய வேண்டும் என்கிறார் திராவிட மொழிகளின் உறவுப் பெயர் களைப் பற்றி ஆயும் எமனோ. எமனோ தனது கருத்துப்படி 'தன்+அமிழ்' 'தமிழ்' என வந்திருக்கலாம் என ஊகிக்கிறார்: (காண்க. *Emeneau 1953*).

இவ்வாறே 'வாய்' என்னும் சொல்லில் உள்ள 'ய' விடுபட்ட தால் 'வாய்க்கப்படு' என்னும் சொல்லிலிருந்து 'வாக்கப்படு' என்னும் சொல் பேச்சு வழக்கில் இருப்பது குறிப்பிடத்தக்கது.

வாய்க்கும்பெண் மகவெல்லாம் பெண்ணே யன்றோ ?

(பாரதியார் - தாய் மாண்பு)

வாரேன் **நெஞ்சம் வாய்க்க**நின் வினையே (**அகம்** 130:15)

'வாய்க்கப்படு' என்னும் சொல் 'பக்குவப்படு' என்னும் பொருளில் பயன்படுத்தப்படுவது நோக்கத்தக்கது. பெண் திருமணத்திற்குப் பிறகு முழுமை பெற்றவள் என்னும் பொருளில் 'வாக்கப்படு' என்னும் சொல்லைப் பயன்படுத்தி வருகிறோம் என்பதும் இங்குக் குறிப்பிடத்தக்கது. இது போன்றே 'எனக்கு வாய்த்தவன்' என்பதை 'எனக்கு வாச்சவன்' என்று கூறுவதையும், 'நீர் பாய்ந்தது' என்பதை 'நீர் பாஞ்சிது' என்பதையும், 'தொலைத்துவிட்டேன்' என்பதைத் 'தொலச்சிட்டேன்' என்பதையும் இங்குக் குறிப்பிடலாம். இவை குறிப்பாக அண்ண ஒலியாக்கம் வழி ஒலிகளின் உடன்படு நிலையைப் பெறுகின்றன.

இங்ஙனமே 'வேர்க்கிறது' என்னும் சொல்லில் உள்ள 'வேர்' என்பது 'வியர்' என்னும் வேரிலிருந்து வந்திருக்கிறது என்பதை 'ய' விடுபடு விதி வழி விளக்கவேண்டியுள்ளது. 'வியர்' என்னும் சொல்லில் 'ய' விடுபட்டு முன்னுள்ள 'இ' 'ஏ' என நீட்டித்துள்ளது இச்சொல்லில் நிகழ்ந்த ஒலிமாற்றங்களாகும். 'வியர்', 'வேர்' என்னும் சொல்லைச் சங்கத் தமிழில் பயன்படுத்தி யுள்ளதைக் காண்கிறோம்.

ஒவி36ஆ: ய → Ø /V_____V

பிறைநுதல் **வியர்ப்ப** உண்டனள் கொல்லோ (**அகம்** 207:13)

கழிவிரக்கங் கொள்ளார் கதழ்வாளார்**வோர்த்துப்** (ஐந்திணை. 1:4)

வோர்த்தவேந்தர் பல்குழாம் விரைந்தகூந்தல் மாக்குழாம் (சூளா.)

2.10. ‘வ’ விடுபடு விதி

இரு உயிர்களுக்கு இடையில் வரும் ‘வ’ என்னும் ஒலி ஒரு உருபில் இடம்பெற்றால் அது விடுபடும் நிலை தமிழில் உள்ளது. இதற்குத் தமிழில் பல எடுத்துக்காட்டுகளைக் கூறலாம். ‘வ’ விடுபடு விதி பற்றி ஆய்ந்த ஷிப்மேன் இவ்விதி தமிழில் கூட்டுப்பெயர்கள், வினைகள், ஒட்டுநிலைபோன்ற பல நிலைகளில் நிகழ்வதைச் சுட்டிக்காட்டுகிறார். *(காண்க: Schiffman 1993, p. 516).*

இல்லை என்னும் எதிர்மறை உருபை இணைக்கும்போது ‘அ’ என்னும் விகுதியோடு ‘வ’ இணைக்கப்படும். ஆனால் இது பேச்சுத்தமிழில் விடுபடுகிறது.

ஒவி37: வ →Ø / V___V

வரவில்லை > வரலெ
போகவில்லை > போகலெ

சுழற்சி முறையில் இதை விளக்க வேண்டுமெனில் பின்வருமாறு விளக்க வேண்டும்.

வர + இல்லை > வரவில்லை (வகரம் செருகல் விதி)

வரவில்லை > வரல்லை (வகரம் விடுபடு விதி)

வரல்லை > வரல்லெ (ஐகாரக் குறுக்கம்)

வரல்லெ > வரலெ (இரட்டிப்பு ஒருமைப்படும் எளிமையாக்க விதி)

இவ்வாறே ‘விடு’ என்னும் விகுதியை இணைக்கும்போதும் இம்மாற்றம் ஏற்படுகிறது.

வந்துவிடு > வந்துடு > வந்துரு/வந்துறு

பார்த்துவிடு > பார்த்துடு > பார்த்துரு/பார்த்துறு

இவ்வெடுத்துக்காட்டுகளில் முதலில் ‘வ’ விடுபடு விதி நிகழ்கிறது. பின்னர் ‘ட’ ‘ர’வாக மாறும் விதி நிகழ்கிறது.

இதே சூழலில் சில கூட்டுவினைகளையும் அவை ‘வ’ விடுபடு விதிக்கு எவ்வாறு உள்ளாகின்றன என்பதையும் நோக்க வேண்டும். ‘கொடுத்துரு’ என்னும் பேச்சுவழக்கோடு ‘கொடுத்தூடு’ என்னும் வழக்கையும் காண்கிறோம். இதில்

'*கொடுத்தூரு' என்னும் மாற்றம் ஏற்படுவதில்லை. 'கொடுத்துவிடு', 'அனுப்பிவிடு' போன்ற வினைகளை கூர்ந்து நோக்கினால் இவை 'முடிவு காட்டும் வினையாகவும்', 'கூட்டுவினையாகவும்' மயக்கநிலையில் பயன்படுத்தப்பட்டு வருவதைக் காணலாம். இவ்வகையில் கூட்டுவினைப் பொருளில் பேச்சுவழக்காக 'கொடுத்தூடு', 'அனுப்பியூடு' என்னும் அமைப்பில் 'வ' விடுபடு விதிக்குப் பின் குறில் நெடிலாக மாறும் விதியும் 'ய' செருகல் விதியும் ஏற்படுகின்றன.

கொடுத்துவிடு (முடிவு காட்டும் வினை) > கொடுத்துரு

கொடுத்துவிடு (கூட்டு வினை – அனுப்பு என்னும் பொருளில்) > கொடுத்தூடு

அனுப்பிவிடு (முடிவு காட்டும் வினை) > அனுப்பிடு

அனுப்பிவிடு (கூட்டுவினை – அனுப்பு என்னும் பொருளில்) > அனுப்பியூடு

இச்சூழலில் இலக்கிய வழக்கில் 'கொடுத்துடு', 'அனுப்பிவிடு' போன்ற வினைகள் மயக்க நிலையில் பயன்படுத்துவதைக் காண்கிறோம். ஆனால் இம்மயக்க நிலை பேச்சுவழக்கில் இல்லை என்பது நோக்கத்தக்கது.

2.10.1. 'வா' என்னும் வினையில் 'வ' விடுபடு விதி

'கொண்டுவா', 'எடுத்துவா', 'வாங்கிவா' போன்ற கூட்டுவினைகளிலும் 'வ' விடுபடு விதி நிகழ்ந்து முறையே 'கொண்டா', 'எடுத்தா', 'வாங்கியா' என மாறுகிறது. இங்கு 'வா' என்பது உருபாக இல்லையென்றாலும் இந்த விடுபடு விதி நிகழ்வது குறிப்பிடத்தக்கது. 'வாங்கிவா > வாங்கி + ஆ > வாங்கியா' என்னும் வினையில் 'வ' விடுபடு விதி 'ய' செருகல் விதிக்கான சூழலை ஏற்படுத்துவதால் 'வாங்கியா' என்னும் பேச்சு வழக்கைப் பெறுகிறோம்.

மேற்படி எடுத்துக்காட்டுகளோடு 'வர வேண்டும்', 'போக வேண்டும்' என்னும் வினைகளில் 'வ' விடுபட்டு 'வரணும்', 'போகணும்' என மாறுவதையும், இட வேற்றுமைச் சூழலில் 'இந்தியாவில்', 'அமெரிக்காவில்' என்னும் அமைப்புகள் முறையே 'இந்தியாலெ', 'அமெரிக்காலெ' என மாறும் சூழல்களையும் காண்கிறோம்.

2.11. 'அன்' விடுபடு விதியால் 'ஆய்', 'ஆன்', 'ஆள்' ஆகிய எழுவாய் விகுதிகள் இக்காலத் தமிழில் வந்தவிதம்

வந்தனை, வந்தனன், வந்தனள் போன்ற இடைக்கால, சங்ககாலச் சொற்களில் 'அன்' என்னும் விகுதி விடுபடுவதால்

‘அ’கரம், ‘ஆ’காரமாக ஈடுகொடுக்கும் நீட்டிப்பு விதியின் அடிப்படையில் மாறி, ‘ஆய்’, ‘ஆன்’, ‘ஆர்’, ‘ஆள்’ ஆகிய விகுதிகள் வரப்பெற்றுள்ளன. விடுபடு விதிக்கு ஈடாக குறில் நெடிலாக மாறுதல் தமிழ் மொழியில் பல நிலைகளில் காணலாம் *(காண்க: அரங்கநாதன் 2018, பக். 100–101).*

ஒவி38: அன் → Ø (இலக்கிய வழக்கிலிருந்து பேச்சு வழக்கு மாற்றம்)

வந்தனை › வந்து + அன் + அய் › வந்த் + ஆய் › வந்தாய்

வந்தனன் › வந்து+அன்+அன் › வந்த்+ஆன் ›வந்தான்

வந்தனர் › வந்து+அன்+அர் › வந்த்+ஆர் ›வந்தார்

வந்தனள் › வந்து+அன்+அள் › வந்த்+ஆள் › வந்தாள்

அன், அய், அர், அள் ஆகிய விகுதிகள் அகநானூற்றில் பின்வரும் வரிகளில் வருவதைக் காணலாம்.

பாணன் **வந்த**னன் தூதே நீயும் *(10)*

நீ நற்கு **அறிந்த**னை ஆயின், நீங்கி *(245)*

நெஞ்சுவாய் **அவிழ்ந்த**னர் காதலர் *(345)*

எழுதெழில் சிதைய **அழுதனள்** ஏங்கி *(20)*

சில சங்கப் பாடல்களில் ‘ஆய்’ மற்றும் ‘ஐ’ ஆகிய இரு உருபுகளும் வழங்கப்பட்டு வருவதையும் காண்கிறோம்.

தெரியிழாய் தேற்றாய் **சிவந்த**னை **காண்பாய்நீ** தீதின்மை

(கலி. 91: 16)

இங்கு ‘சிவந்தனை’ என்னும் வினை ‘ஐ’ உருபையும், ‘காண்பாய்நீ’ என்னும் வினை ‘ஆய்’ உருபையும் ஏற்று வந்துள்ளமை நோக்கத்தக்கது. இவ்வழியில் ‘–அனை’ என்பது இறந்தகால விகுதியோடும் ‘–பாய்’ என்பது எதிர்கால விகுதியோடும் பயன்பாட்டில் இருந்திருக்கிறதா என்னும் வினா எழுகிறது. ‘ஐ’ மற்றும் ‘ஆய்’ எனும் இரு வேறு உருபுகளின் பயன்பாடுகள் மேற்படி ஒலியன் விதிகளின் வழி மருவியிருக்கிறதா, இல்லை இவை இறந்தகாலத்துக்கும் எதிர்காலத்துக்கும் பயன்பட்ட இருவேறு உருபுகளா என்னும் ஐயமும் ஏற்படுகிறது. ‘*வருவனை’, ‘*காண்பனை’ என்னும் அமைப்பு இல்லாமையால் ‘ஆய்’ என்னும் விகுதியை ‘அனை’ என்னும் விகுதி வழி விளக்க வேண்டுமா? இல்லை. ‘ஐ’ மற்றும் ‘ஆய்’ என இருவேறு உருபுகளும் முன்னிலை ஒருமைப் பிரதிப்பெயருக்குப் பயன்படுத்தப்பட்டு வந்துள்ளனவா என்னும் ஐயமும் ஏற்படுகிறது.

தமிழ் மொழியை உண்மையாக அறிந்துகொள்ள மொழியியல் நோக்கில் ஆய்ந்தறிவது தேவை என்பதற்கான விளக்கங்களை இத்தகைய ஆய்வு வழி அறிகிறோம். குறிப்பாகச் சில இடையின ஒலிகள் சொல்லிலிருந்து விடுபடும் சூழலில் தமிழில் பல மாற்றங்கள் ஏற்பட்டுள்ளன என்பதை இங்குக் கொடுக்கப் பட்டுள்ள எடுத்துக்காட்டுகளிலிருந்து காண்கிறோம். இலக்கிய மொழி, பேச்சு மொழி என்னும் இரு நிலைகளில் தமிழைக் காணும்போது ஒலியன் விதிகளால் இலக்கிய வழக்கிலிருந்து பேச்சு வழக்கைப் பெறுகிறோம் என்பது உறுதி. சில பேச்சு வழக்குச் சொற்கள் மீண்டும் இலக்கிய வழக்காகப் பயன்படுத்தப்பட்டு வந்துள்ளது என்பதையும், இப்போக்குச் சங்ககாலத்திலிருந்தே நிகழ்ந்து வந்துள்ளது என்பதையும் இங்குக் காண முடிகிறது. குறிப்பாகத் தமிழில் வேர்ச்சொற்களை ஆய்ந்தறியும் முன் இத்தகைய ஒலியன் விதிகள் எதுவும் சொல்லில் ஈடுபட்டிருக்கிறதா என்பதை அறிந்து வேர்ச்சொற்களைக் காணமுயல வேண்டும். இல்லையேல் தவறான வேர்ச்சொற்களை எடுத்தியம்பும் சூழல் ஏற்படலாம். குறிப்பாக ஒலியன் விதிகள் சுழற்சி நிலையில் செயல்படுவதால் எந்த ஒரு சொல்லையும் வேர்ச்சொல் ஆய்வுக்கு எடுத்துக்கொள்ளும்போது மொழியியல் கோட்பாட்டின் வழிச் சுழற்சி நிலையில் ஏற்பட்டுள்ள அனைத்து ஒலியன் விதிகளையும் கவனத்தில் கொண்டு ஆய்ந்தறிய வேண்டும் என்பதை மிகவும் முக்கியமான உத்தியாகக் கொள்ள வேண்டும். அதோடு தமிழில் பல சொற்கள் பொருள் மயக்கம் தருவனவாக வும் இருக்கும். 'வாழ்த்துகள்' என்பதை 'வாழ்த்துக்கள்' என எழுதினால் அது 'வாழ்த்து பெற்ற கள்' எனவும் பொருள்படும். அங்ஙனமே 'பழங்கள்' என்பதை 'பழைய கள்' எனவும் புரிந்து கொள்ளும் சூழல் உண்டு என்பதையும், இது சிரிப்பு வேர்ச்சொல் (joke etymology) என்றும், வேர்ச்சொல்லை அறிதலில் ஆழ்ந்த ஆய்வு வேண்டும் என்னும் கருத்தை வலியுறுத்தும் என்றும் செ.வை. சண்முகம் அவர்கள் சுட்டிக்காட்டுகிறார்கள். (காண்க: சண்முகம் 2005:58–62).

சங்கத் தமிழினின்று இக்காலத் தமிழ் மருவிய விதத்தை அறிய தமிழ் மொழியில் பல்வேறு காலகட்டத்திலும் ஏற்பட்ட மாற்றங்களை முறைப்படி அறுதியிடுவது மிகவும் அவசியமாகிறது. பல சொற்கள் வழக்கிழந்துள்ளன! புதிய சொற்கள் வழக்குக்கு வந்துள்ளன! பல வாக்கிய அமைப்புகள் இக்காலத் தமிழில் உருவாகியுள்ளன. இம்மாற்றங்களை முறையாக விளக்கி எழுதப்பட்ட ஒரு வரலாற்று இலக்கணம் இல்லையேல் இக்காலத்தவருக்குச் சங்கத்தமிழின் பல சொற்களும் வாக்கிய அமைப்புகளும் புரியாத புதிராகவே இருக்க நேரிடும். மாற்றங்களைப் பட்டியலிட்டுக் கூறுவது

மட்டுமே வரலாற்று இலக்கணமாக இருக்க இயலாது. மாறாக, வாக்கிய மாற்றங்கள் ஏற்பட்ட விதத்தையும், புதிய சொற்கள் வந்த விதத்தோடு அவை இழந்த விதத்தையும் முறைப்படிக் கணிக்க வேண்டிய சூழல் வரலாற்று இலக்கணம் எழுதுவோருக்குக் கட்டாயமாகிறது. இந்நிலையில் பக்தி எப்படி மொழி மாற்றத்துக்கு அடிகோலாக இருந்தது என்பதையும் கூற வேண்டியிருக்கிறது. திருமூலர், அப்பர் போன்ற சிவனடியார்கள் இக்காலகட்டத்தில் அளவுக்கு அதிகமாகத் தங்களின் பக்தியைத் தமிழில் இலக்கண விதிகளுக்குட்பட்டு வெளியிட்ட போது அவர்களின் பாடல்கள் பிற்காலத் தமிழை எவ்வாறு மாற்றியுள்ளன என்பதையும் விளக்க வேண்டியிருக்கிறது. செம்மொழி வழக்கில் இருந்த சில சொற்கள் மட்டும் இக்காலத் தமிழில் இருக்கின்றன. மொழியியல் அறிஞர்கள் மொழியின் இலக்கண உருவாக்கம் *(grammaticalization)* பற்றிப் படித்துள்ளார்கள். பெரும்பாலும் மொழியில் உள்ள பல்வேறு தொடர்கள் வெவ்வேறு விதமாக அன்மைப்படுத்தப்படும்போது *(reanalysis)* இலக்கண உருபுகள் உருவாகலாம் என்கின்றனர். அது போன்றே ஒரு சொல்லின் பொருளைப் பல்வேறு மாற்றங்களில் வெவ்வேறு முறையில் கருத்துருவாக்க நிலையில் (metaphorization) காணும்போதும் உருபுகள் உருவாக வாய்ப்புண்டு என்கின்றனர் (காண்க: *Hopper and Traugot 1993, Campbell 1999 etc*). இவ்வகையில் இப்பகுதி இடைக்காலத் தமிழினின்று சில உருபுகளையும் சில வழக்குகளையும் முன் வைத்து அவை இக்காலத் தமிழில் எப்படி வழக்கில் வந்துள்ளன என்பது பற்றியும் அவை மாறிய விதம் பற்றியும் வரலாற்று மொழியியல் நோக்கில் விளக்குகிறது.

2.12. ‘ட’கரம் ‘ற’கரமாதல்

இரு உயிர்களுக்கு இடையே வரும் ‘ட’ ஒலிப்புடை ஒலியாக மாறும் என்பது நாம் அறிந்ததே. ‘பாடம்’, ‘வீடு’, ‘நாடு’ என்னும் சொற்களை எடுத்துக்காட்டாகக் கூறலாம். ஆனால் இவ்வொலி ‘விடு’ என்னும் விகுதியில் ‘ர’கரமாக மாறுவது மொழிமாற்றத்துக்கு வித்திடுகிறது என்பதை நோக்க வேண்டும். குறிப்பாக ‘வந்துவிடு’, ‘பார்த்துவிடு’, ‘விட்டுவிடு’ போன்ற வினைகளில் ‘வ’ விடுபடு விதிக்குப் பிறகு ‘ட’ ‘ர’வாக மாறுகிறது. இவ்வினைகள் பேச்சு வழக்கில் ‘வந்துரு’, ‘பார்த்துரு’, ‘விட்டுரு’ என மாறுவது நோக்கத்தக்கது. இவ்வழக்கில் இவை ‘ற’வாக மாறுகிறதா, இல்லை ‘ர’வாக மாறுகிறதா என்னும் கேள்வி எழும். இது ஒவ்வொருவரின் பேச்சுக் குணத்தைப் பொறுத்தது எனக் கூறலாம். சிலர் இதை அதிரொலியாக ‘விட்டுறு’, ‘பாத்துறு’, ‘கொடுத்துறு’ என வழங்குவார்கள். சிலர் இதைத் தட்டொலியாக ‘ர’ என்றும் வழங்குவார்கள். இவ்வகையில் ‘ற’ மற்றும் ‘ர’ மயக்க நிலையில் உச்சரிக்கப்படுவது தமிழில் இயற்கை.

ஒவி39: ட → ற / V ______ V

வந்துடு > வந்துறு

பார்த்துடு > பாத்துறு

2.12.1. ஒலிமாற்றத்தின் பரவலாக்கம்

ஒரு சொல்லில் குறிப்பிட்ட ஒலியன் விதி வழி ஏற்படும் மாற்றம் பின்னர் பல சொற்களுக்கும் பரவலாகப் பயன்படும் வாய்ப்பிருக்கிறது. இதை ஆங்கிலத்தில் *lexical diffusion* என்பார்கள். *(காண்க: Aitchison 2001, p. 89).* இதற்கு எடுத்துக்காட்டாக 'ச்சு' என்னும் இறந்த கால அஃறிணை விகுதியையும், 'ச்சி' என்னும் பெண்பாற் விகுதியையும் கூறலாம்.

2.12.2. 'ச்சு' விகுதியும் பரவலாக்கமும்

'ஆயிற்று' என்னும் இறந்தகால அஃறிணை வினையில் 'யிற்று' என்னும் பகுதி 'யித்து' என்னும் முன்பல் ஒலியாக்க விதிக்கு உட்பட்டு 'யித்து' என்னும் பகுதியைத் தருகிறது. இது அண்ண ஒலியாக்கச் சூழலை ஏற்படுத்தியிருப்பதால் இது 'யிச்சு' என மாறிப் பின்னர் 'ய' விடுபடு விதிக்கு உள்ளாகிறது. இவ்விதிகளின் தொடர் நிகழ்வில் 'ஆச்சு' என்னும் பேச்சு வழக்கைப் பெறுகிறோம். இவ்வகையிலேயே 'போயிற்று > போயித்து > போச்சு', 'சொல்லிற்று > சொல்லித்து > சொல்லிச்சு' போன்ற வினைகளையும் சுட்டிக்காட்டலாம். இது மூன்றாவது வினைவகைகளான 'ஆகு', 'போ', 'ஆடு', 'பாடு' போன்ற வினைகளுக்கான தன்மையாகும். ஆனால் மற்ற வினைவகைகளில் இம்மாற்றம் ஏற்பட ஒலிச் சூழல்கள் கிடையாது. ஆனால் இதற்கு மாறாக 'செய்துச்சு', 'உட்கார்ந்துச்சு', 'கொடுத்துச்சு', 'நடந்துச்சு', 'வந்துச்சு' போன்ற எல்லா வினைகளோடும் இக்காலத்தமிழில் இவ்விகுதியைப் பயன்படுத்துவதைக் காண்கிறோம். இதற்குக் காரணம் 'பரவலாக்கம்' என்னும் மொழிப் பண்பைக் கூற வேண்டும். அதாவது ஒரு குறிப்பிட்ட மாற்றம் ஒரு சூழலில் உருவாக்கும் உருபுகள் மற்ற சூழலுக்கும் பொதுவானதாக பரவலாகும் நிலை உண்டு. இவ்வகையிலேயே 'ச்சு' என்னும் உருபு அண்ண ஒலியாக்கச் சூழலில் உருவாகி மற்ற சூழலுக்கும் பரவியிருக்கிறது.

2.12.3. 'ச்சி' விகுதியின் பரவலாக்கம்

'ஆய்த்தி', 'ஆச்சி' என எப்படி மாறியது என முன்னரே கண்டோம். 'ய்த்தி' என்னும் ஒலிச் சூழலில் 'ய்ச்சி' என மாறிப் பின்னர் 'ச்சி' என்னும் விகுதி 'ய' விடுபட்டு உண்டாகிறது

எனக் கண்டோம். இக்காலத் தமிழில் இந்த ஒலி மாற்றத்தின் அடிப்படையில்தான் 'ச்சி' என்னும் விகுதியைப் பெண்பாற் விகுதியாகக் கொண்டுள்ளோம். ஆனால் மேற்படி ஒலிச் சூழல் இல்லாத பல சொற்களோடும் தற்பொழுது பயன்படுத்தப்பட்டு வருகிறது என்பது குறிப்பிடத்தக்கது. 'தமிழச்சி', 'கேரளச்சி' என்னும் சொற்களில் இவ்விகுதி பயன்படுத்தப்பட்டு வருவது 'மொழிப் பரவலாக்க' முறையில்தான் எனக் கொள்ள வேண்டும். ஆனால் இப்பரவலாக்கம் நிறைய சொற்களில் நிகழாமையும் குறிப்பிடத்தக்கது. 'வடக்கத்தி', 'குறத்தி' என்றுதான் கூறுகிறோமே தவிர '*வடக்கச்சி', '*குறச்சி' என்று கூறுவதில்லை. இவ்வகையில் பரவலாக்கம் என்பது தொடர்ந்து நிகழ்ந்துகொண்டிருக்கும் அது முழுமை பெற்றிருக்காமலும் இருக்கலாம் என்பதையும் கருத்தில் கொள்ள வேண்டியிருக்கிறது.

2.13. அண்ண ஒலியாக்கம்

பல்வேறு நிலைகளில் நிகழும் அண்ண ஒலியாக்கம் பற்றிப் பல சூழல்களில் இதுகாறும் கண்டோம். இங்கு இம்மாற்றம் பற்றிய விரிவான விளக்கத்தைக் காண்போம். 'இ', 'ஐ' ஆகிய உயிரெழுத்துகளும், 'ச', 'ய' ஆகிய மெய்யெழுத்துகளும் அண்ண ஒலியாக்கத்துக்கு வழிகோலுகின்றன. ஏனெனில் இவை வாயில் நடு அண்ணத்தில் உச்சரிக்கப்படுகின்றன. இவ்வெழுத்துகளுக்கு முன் வரும் முன்பல் வெடிப்பொலி 'த' மற்றும் முன்பல் மூக்கொலி 'ந' ஆகியவற்றை முறையே 'ச' எனவும் 'ஞ' எனவும் மாற்றும் தன்மையன. இன்னும் சில இடங்களில் 'ய'கரம் 'ச'கரமாவதையும் காண்கிறோம். கீழ்க்கண்ட எடுத்துக்காட்டுகளில் இவ்வகை மாற்றங்களைக் காணலம்.

ஒவி40: த் → ச் /{இ/ஞ்/ய்}_______

படித்து > படிச்சு ('இ'கரம் 'த'கரத்தை 'ச'கரமாக்குகிறது.)

ஒவி41:ந் → ஞ் / இ________

தெரிந்து > தெரிஞ்சு ('இ'கரம் 'ந'கரத்தை 'ஞ'கரமாகவும் 'த'கரத்தை 'ச'கரமாகவும் மாற்றுகிறது.)

தேய்த்து → தேச்சி (சுழற்சி முறை மாற்றம்)

ஒவி41அ: த் → ச் / {இ, ய், ஐ}________

தேய்த்து > தேய்ச்சி > தேச்சி

கிழித்து > கிழிச்சி

தைத்து > தைச்சி > தச்சி

ஒவி42: ய→ Ø /V________{ஞ்/ச்}

தேய்ச்சி → தேச்சி

தேய்ந்து → தேஞ்சி (சுழற்சிமுறை மாற்றம்)

ஒவி42அ: ந் → ஞ் / ய் ______

தேய்ந்து > தேய்ஞ்சி

ஒவி42: ய் → Ø / V ______{ஞ்/ச்}

தேய்ச்சி > தேச்சி

தேய்ஞ்சி > தேஞ்சி

இந்த எடுத்துக்காட்டுகளில் 'ய'கரம் 'த', 'ந'கரத்தை முறையே 'ச'ஆகவும் 'ஞ'ஆகவும் மாற்றுவதோடு 'ய'கரம் விடுபடு விதிக்குள்ளாவதால் 'தேச்சி', 'தேஞ்சி' என்னும் பேச்சு வழக்கைக் காண்கிறோம். இவ்வகை விடுபடு விதியால் மூலச்சொற்களைச் சில நேரங்களில் அறிவது கடினம் என்பது குறிப்பிடத்தக்கது. அதோடு 'உ'கரத்தையும் 'இ'கரமாக மாற்றுவதும் குறிப்பிடத்தக்கது.

ஒவி43: ஐ → அ (எளிமையாக்கம் – இலக்கிய வழக்கிலிருந்து பேச்சு வழக்கு)

கடைந்து > கடஞ்சி

முடைந்து > மொடஞ்சி

மைத்துனன் > மச்சினன்

இவ்வகை எடுத்துக்காட்டுகளில் 'ஐ' 'ந்து' என்னும் ஒலிகளை 'ஞ்ச்' என மாற்றியவுடன் 'ஐ'காரக் குறுக்கம் என்னும் ஒலியன் விதிக்குட்பட்டு 'அ'கரமாக மாறுகிறது. 'முடைந்து > மொடெஞ்சி' என்னும் எடுத்துக்காட்டில் உயிர் மேலிருந்து கீழ் நோக்கி மாறும் ஒலியன் விதிக்குட்பட்டு 'உ' 'ஒ'வாக மாறுகிறது. இவ்வெடுத்துக்காட்டுகளை அடுக்கு விதிகளடிப்படையில் விளக்க வேண்டும் என்பது குறிப்பிடத்தக்கது. மேலும் 'ஐ > அ' என்னும் எளிமையாக்கம் கல்வெட்டுத் தமிழில் பல இடங்களில் நிகழாதது குறிப்பிடத்தக்கது. எடுத்துக்காட்டாக, 'அரைசு' என்றே பல கல்வெட்டுகளில் 'அரசு' என்பதற்கு ஈடாகப் பயன்படுத்தப்பட்டுள்ளது.

1. (மா)ந்தபருமற்கு பதி
2. னொன்றாவது கொங்க
3. ணி அரைசரு படை ஓடு சிரி
4. **கங்க**ரைசரு சங்கமங்கலத்

5. தெறிந்த ஞான்று **சிரிகங்கரைசரு**

6. சேவகர் ஒடு ..கனாய

7. ர் எறிந்து பட்ட கல் (CHHS.1971–100)

1. கோவிசைய ம

2. சீந்திரபருமற்கு

3. முப்பத்து மூன்றாவது

4. வாணகோ அரைசரு மரும

5. க்கள் பொன்னரம்பனார்

6. மேல் வாணகோ அரைசரு மரு

7. மக்கள் கந்தவிண்ணனா

8. ர் வேல்மறுத்திச் சென்ற ஞா

9. ன்று கந்தவிண்ணனா

10. ர் தஞ்சிற்றப்பானார் பொ

11. ன்னி(தன்)னார் இளமகன்

12. பொங்கியார் மகன் கத்

13. தி எய்து பட்டான் கல் (Chhs.1971–63)

ஒவி44: ய → ச

(இலக்கிய வழக்கிலிருந்து பேச்சு வழக்கு மாற்றம் – நிபந்தனையற்ற விதி)

குயவன் > குசவன்

ஈயல் > ஈசல்

தயிர் > தசுரு (தயிர் > தசிர் > தசிரு > தசுரு)

உயிர் > உசுரு (உயிர் > உசிர் > உசிரு > உசுரு)

வியாழன் > விசாழன்

இவ்வகை எடுத்துக்காட்டுகளில் 'ய'கரம் 'ச'கரமாக மாறியது என்று கூறுவதைவிட மொழியில் இதுபோன்ற சொற்களில் 'ய'கரமாகவும் 'ச'கரமாகவும் உச்சரிக்கப்பட்டு இரு வேறு சொற்கள் வழக்கில் இருக்கின்றன எனக் கூறலாம். அண்ண ஒலியாக்கம் என்பது பேச்சு வழக்குச் சொற்களைத்தான் உருவாக்கும் என்பதை மனதில் கொள்ள வேண்டும். இருப்பினும் 'வயிறு', 'கயிறு', 'பயிர்' போன்ற சொற்களில் இவ்வகை மாற்றங்கள் இல்லை என்பதை இங்குச் சுட்டிக்காட்ட வேண்டும். இதனால் மேற்படி மாற்றங்களுக்குட்பட்ட சொற்களுக்குக் குறிப்பிட்ட சூழலோடு ஒரு விதியைக் கொடுப்பது இயலாததாகிறது.

ஒவி45: எ > ஏ (விடுபடு விதிக்குப் பிறகு குறில் நெடிலாகும் ஈடுகட்டும் விதி)

பெய்தது > பேஞ்சிது *பெய்சது

இந்த ஈடுகட்டும் விதி எல்லாச் சொற்களிலும் நடைபெறுவதில்லை என்பதைப் பின்வரும் எடுத்துக்காட்டின் வழி அறியலாம்.

நெய்தான் > நெஞ்சான் *நெய்சான்

செய்தான் > செஞ்சான்

இங்கு 'ய'கரம் வருமொழி 'த'வை 'ச'வாக மாற்றி, முறையே '*பெய்ச்சு', '*நெய்சான்' என வராமல் 'பேஞ்சிது', 'நெஞ்சான்' என வருவதற்கு வரலாற்று நோக்கில் ஆய்வது தேவை. 'பெய்', 'நெய்' போன்ற சொற்கள் சங்ககாலத்தில் 'பெய்ந்த்–', 'நெய்ந்த்–' என 'ந்த்' என்னும் இறந்தகால விகுதியை எடுத்ததால் அப்பொழுதே இவ்வண்ண ஒலியாக்கமும் நிகழ்ந்து முறையே 'பேஞ்சிது','நெஞ்சான்' என வழங்கிவந்துள்ளமை நோக்கத்தக்கது. இதனால் இக்காலத்தில் இவ்வகைப் பேச்சுச் சொற்கள் சங்ககாலத்திலிருந்து வழங்கிவந்துள்ளன என்பதைக் கருத்தில் கொள்ள வேண்டும். இவ்வுண்மை வரலாற்று மொழியியல் ஆய்வில் குறிப்பிடத்தக்க ஒன்றாகும். இவ்வகையிலேயே 'செஞ்சேன்' (செய்தேன்) என்ற சொல்லையும் விளக்க வேண்டும். '*செய்சேன்' என்று சொல்லாமல் 'செஞ்சேன்' என்று கூறுவதால் 'செய்ந்தேன்' என்னும் இறந்தகால விகுதியையே இவ்வினை எடுத்துள்ளது என்பது பற்றிய செய்தியை அறிகிறோம்.

2.14. உயிரெழுத்துகளின் மற்றங்கள்

இக்கால மொழியில் 'உயர் நிலை உயிர்' 'இடை நிலை உயிராக' மாறுவதையும் 'ஐ' 'அ'வாக மாறுவதையும் பல சொற்களில் காணலாம். இரு உயிருக்கிடையே எப்படி 'க' விடுபட்டதால் தமிழில் பல மாற்றங்கள் ஏற்பட்டதோ அதே வகையில் 'ஐ' 'அ'வாக மாறியதும் தமிழில் பல மாற்றங்களை ஏற்படுத்தியிருக்கிறது என்பதை நோக்க வேண்டும்.

2.14.1. உயர்நிலை உயிர்களின் கீழிறக்கம்

'இ' மற்றும் 'உ' ஆகிய உயர்நிலை உயிர்கள் 'எ' மற்றும் 'ஒ' வாகிய நடுநிலை உயிர்களாக இரு உயிர்களுக்கு இடையே வரும்போது நிகழும். இது இக்காலப் பேச்சு வழக்கு விதியாகும்.

ஒவி46: இ → எ / *V* ______ *V*

ஒவி47: உ → ஒ / *V* ______ *V*

இடம் > எடம்

குடம் > கொடம்

இவ்விதியின் அடிப்படையிலேயே 'இடை < எட' (எடயிலேயே – நடுவிலேயே) என்னும் மாற்றம் 'எடை < எட' என்னும் சொல்லோடு பொருளளவில் மயக்கத்தைத் தருவதையும் கவனிக்க வேண்டும். இவ்வாறே 'குடை < கொட (பொன்கொட)' என்பதும் 'கொடை < கொட (பொன்கொடயாக நன்கொட)' என்பதும் போன்ற சொற்களிலும் இம்மயக்கத்தைக் காணலாம்.

2.14.1.1. உகரமேறும் விதி

பெரும்பாலும் தமிழில் சொல்லின் இறுதியில் வரும் 'ண்', 'ட்', 'ர்' போன்ற ஒலிகள் 'உ'கரமேற்று வரும் தன்மையைப் பேச்சுத்தமிழில் காணலாம்.

ஒவி47அ: Ø → உ/{ண், ர், ல், ழ்}

கண் > கண்ணு

உயிர் > உசுரு

கால் > காலு

தமிழ் > தமிழு

2.14.2. கூட்டுநிலை உயிர்களின் குறுக்கம் (monopthongization)

பேச்சு வழக்கில் வரும் 'ஐ' 'ஔ' குறுக்கப்பட்டு 'அ'வாக மாறும் பல சொற்களைத் தமிழில் காணலாம். இவை அனைத்தும் நிபந்தனையற்ற ஒலியன் விதி எனக் கொள்ள வேண்டும்.

ஒவி43: ஐ → அ

படை > பட

நடை > நட

இவ்வொலியன் விதி நிபந்தனையற்ற விதி என்றாலும் சில சூழல்களில் இது நடக்காதது குறிப்பிடத்தக்கது. 'கை', 'பை' போன்ற ஓரசைச் சொற்களில் இது நிகழாது. ஆனால் இச்சொற்கள் கய்யி, பய்யி என 'ய'கரம் செருகல் ஏற்பட்டு அது இரட்டிக்கும் நிலையைக் காண்கிறோம். முதலில் இம்மாற்றங்கள் ஏற்பட்டுவிடுவதால் ஐகாரக் குறுக்கத்தை இச்சொற்களில் காணமுடிவதில்லை. ஐ 'அ'வாக மாறுவதும், 'ஔ' 'அ'வாக மாறுவதும் மொழியில் எளிமையாக்க முறையில் நடை பெறுவன என்றே கொள்ள வேண்டும். இம்மாற்றம் பெரும்பாலும் ஓரசைச் சொல்லாகிய 'கை', 'பை', 'தை' போன்றவை

இல்லாமல் சொல்லில் எல்லா இடங்களிலும் மாறுவதைக் காணலாம்.

கடை > கட

கட்டை > கட்ட

சங்கப் பாடல்களில் 'அரைசு', 'அரசு', 'முரைசு', 'முரசு', 'அமையம்', 'அமயம்' என இரு வகைச் சொற்களும் பயன்பாட்டில் உள்ளதைக் காணலாம்.

அரசுமுறை செய்க களவில் லாகுக (ஐங். 8)

முரசு முழங்கு தானை மூவர் உள்ளும்,
அரசுஎனப் படுவது நினதே, பெரும (புறம் 35)

அரைசு பட அமர் உழக்கி (புறம் 26)

அரைசு கால் கிளர்ந்தன்ன உரவு நீர்ச் சேர்ப்ப கேள் (கலி. 59)

முரைசு கெழு செல்வர் நகர்போ லாதே (புறம். 127)

இவ்வகை சொற்களை எடுத்துக்காட்டாகக் கொடுத்து 'அ' 'ஐ'யாக மாறுகிறது எனக் காட்டுகிறார் சண்முகம் *(2004:165)*. இதை இலக்கிய வழக்கிலிருந்து பேச்சு வழக்குக்கு எளிமையாக்க முறையில் நிகழும் மாற்றம் எனக் கொள்ள வேண்டுமே தவிர 'அ' 'ஐ'யாக மாறுகிறது எனக் கொள்வது கூடாது. இம்மாற்றத்தை முன்னர் அண்ண ஒலியாக்கச் சூழலிலும் பார்த்திருக்கிறோம். 'தைத்து' என்னும் சொல் 'தச்சி' எனவும், 'வைத்து' என்னும் சொல் 'வச்சி' எனவும் மாறுகிறது. இதை நாம் முன்னர் சுழற்சி முறையில் மாறுகிறது என விளக்கினோம். அதாவது இலக்கிய வழக்கில் உள்ள 'ஐ' முன்பல் வெடிப்பொலி'த்'வை 'ச்'வாக மாற்றிவிட்டு எளிமையாக்கம் முறையில் 'அ'வாக மாறி யிருக்கிறது. இதன் வழி அறிவதென்னவென்றால் 'ஐ' கொண்ட சொற்களை இலக்கியச் சொற்களாகவும், 'அ' கொண்ட சொற்களைப் பேச்சு வழக்குச் சொற்களாகவும் கொண்டு 'ஐ' இலிருந்து 'அ' மாறியிருக்கிறது என்றுதான் கொள்ள வேண்டுமே தவிர 'அ' விலிருந்து 'ஐ' ஆகக் கொள்வது தவறாகும். சண்முகம் இம்மாற்றத்தை விளக்கும்போது கீழ்க்கண்ட எடுத்துக்காட்டுகளையும் கொடுக்கிறார்.

பைஞ்சு தண்டாங் கோரை (ஐங்.. 158.4) (பைஞ்சு > பஞ்சு)

மையல் > மயல்

ஐந்து > அஞ்சு (ஐ முதலில் வருமொழி 'ந்த்' – ஐ 'ஞ்ச்' ஆக மாற்றிவிட்டு 'அ'கரமாக மாறுவது இங்குக் குறிப்பிடத்தக்கது.

ஒவி48: ஔ → அ (எளிமையாக்கம் – இலக்கிய வழக்கிலிருந்து பேச்சு வழக்கு)

ஔவை > அவ்வை

வௌவால் > வவ்வால்

சுயம்பு (2021: பக். 298) வௌவல் – கலி. 133, வௌவற்காரர் – பரி. 15:50, வௌவிய – புறம். 4, வௌவியோள் – ஐங். 195, வௌவினன் – கலி 47, மற்றும் வௌவும் – பெரும்பாண். 40 ஆகிய சொற்களைச் சங்க நூற்களிலிருந்து பட்டியலிடுகிறது. இவை அனைத்துமே 'கைப்பற்றல்', அபகரித்தல் போன்ற தொடர்புடைய பொருளில் வருவது குறிப்பிடத்தக்கது. இவற்றுக்கு ஈடாக மேற்படி ஒலியன் விதி நிகழ்ந்த சொற்களாகப் பின்வரும் இடங்களைச் சங்கப் பாடல்களில் காண்கிறோம்.

எருத்து **வவ்**விய புலி போன்றன (புறம். 4)

ஆர்வ நெஞ்சமொடு போர்வை **வவ்**வலின் (அகம். 137)

வெவ்விய னாகிப் பிறர்ப்பொருள் **வவ்**வன்மின் (திருமந். 196)

'ஔ' 'ஓ'வாக மாறுவதைக் கார்த்திகேயன் தனது 'மோரியர்' என்னும் கட்டுரை வழிக் காட்டுகிறார். இது பிராகிருத மொழியில் ஏற்படும் மாற்றம் என அவர் விளக்குகிறார். "மௌரிய என்ற சொல் பிராகிருத மொழியில் மோரிய என்றாகிறது. சமஸ்கிருத ஔகாரம் பிராகிருத மொழியில் ஓகாரமாகத் திரியும். இந்த இலக்கண விதிப்படியே மௌரிய என்பது மோரிய என்றாகிறது." (கார்த்திகேயன், 2022). 'மோரியர்' என்னும் சொல் சங்கப் பாடல்களில் சில இடங்களில் வந்துள்ளமையைக் காட்டும் கார்த்திகேயன் 'கௌசிக > கோசிக', 'மௌனம் > மோனம்', 'கௌபீன > கோவண', 'சௌமியா > சோமியா' ஆகிய எடுத்துக்காட்டுகளைக் காட்டுவதோடு 'சௌந்தரம் > சுந்தரம்' என்னும் மாற்றத்துக்கும் விளக்கம் குறிப்பிடுவது நோக்கத்தக்கது. (காண்க கார்த்திகேயன், 2022).

ஒவி. 48அ. ஔ → ஓ

கௌசிக > கோசிக

மௌரியர் > மோரியர்

மௌனம் > மோனம்

கௌபீன > கோவண

சௌமியா > சோமியா

கௌசல்யா > கோசலை

முரண்மிகு வடுகர் முன்னுற மோரியர்
தென்றிசை மாதிரம் முன்னிய வரவிற்கு
விண்ணுற வோங்கிய பனியிருங் குன்றத்து
ஒண்கதிர்த் திகிரி யுருளிய குறைத்த" (அகம்–281)

ஒவி. 48ஆ. ஒள → உ

சௌந்தரம் > சுந்தரம்

பௌத்திரன் > புத்திரன்

. . . தாலேலோ

சுந்தரத்தோளனே. தாலேலோ. *(நாலாயிர திவ்ய பிரபந்தம் – பெரியாழ்வார் 49).*

புவனம் படைப்பான் ஒருவன் ஒருத்தி
புவனம் படைப்பார்க்குப் புத்திரர் ஐவர்
புவனம் படைப்பானும் பூமிசை யானாய்
புவனம் படைப்பானப் புண்ணியன் தானே (திருமந். 386)

2.14.3. உதட்டொலிகளின் உடன்படு விதி

'உ'கரம் முன் வரும் 'ஒ'கரத்தை 'உ'கரமாக்கும் விதியையும் பொதுப் பண்பாகக் காணலாம். இதை ஒலிப்புமுறை உடன்படு விதி என்று கூற வேண்டும். ஏனெனில் இங்கு 'இ', 'ஒ' 'உ'க்கு இணையாக 'உ'வாக மாறுகின்றன.

ஒவி49: ஒ → உ /___உ(ட்)

கொடு >குடு (இருப்பினும் 'தொடு' என்பது 'துடு' என மாறுவதில்லை).

ஒவி50: இ → உ /____உ(ட்)

விடு >வுடு

2.14.4. 'ய', 'வ' செருகல் விதி

இரண்டு உயிர்கள் இணையும்போது இடையில் 'ய' அல்லது 'வ' வைச் செருகல் பொதுவாக நடைபெறும் மாற்றமாகும். 'இ', 'எ'க்கு முன்னால் 'ய'வும், 'உ', 'அ', 'ஒ'வுக்கு முன்னால் 'வ'வும் இணைய வேண்டும். இங்கு 'இ' 'ய'கரத்தோடும், 'அ/உ/ஒ' ஆகிய ஒலிகள் 'வ'கரத்தோடும் ஒலிப்பிட (முறையே அண்ணம், உதடுகளின் ஒலிப்பிடம் ஒத்துப்போகின்றன) உடன்படு விதியாகச் செயல்படுகின்றன என்பது குறிப்பிடத் தக்கது. இவ்விதியைப் பின்வரும் நூற்பாவின் வழித் தொல்காப்பியர் விளக்குவதன் மூலம் இவ்விதியைச் செம்மொழி வழக்கிலும் வழங்கும் விதி என்றே கொள்ள வேண்டும்.

இ ஈ ஐ வழி யவ்வும் ஏனை
உயிர்வழி வவ்வும் ஏ முன் இவ்விருமையும்
உயிர்வரின் உடம்படுமெய் என்றாகும் (தொல். 162)

ஒவி51: V___V → V{ய்/வ்}V

ஒவி51அ: ஐ/இ___V → ஐ/இ ய் V

இலை + ஆ > இலையா

தம்பி + உம் > தம்பியும்

ஒவி51ஆ: அ/உ/ஒ ___V → அ/உ/ஒ வ் V

அம்மா + ஆ > அம்மாவா

பூ + ஒடு > பூவோடு

இம்மாற்றங்கள் மொழியில் எல்லா காலகட்டங்களிலும் நடந்திருக்கிறது. அதனால் இதை இலக்கிய வழக்கு, செம்மொழி வழக்குகளில் நடைபெறும் ஒலியன் விதி என்றே கொள்ள வேண்டும்.

2.15. குற்றியலுகர, முற்றியலுகர மாற்றங்கள்

ஈரசைச் சொற்களில் இரண்டு உயிரும் குறிலாக இருந்தால் அவ்வகைச் சொற்களில் முடியும் 'உ'கரம் முற்றியலுகர மாகும். 'தெரு', 'புழு', 'மழு' ஆகிய சொற்களை முற்றியலுகரத்தில் முடியும் சொற்களுக்கு எடுத்துக்காட்டுகளாகக் கூறலாம். இதற்கு மாறாக மற்ற அனைத்து 'உ' வில் முடியும் சொற்களிலும் குற்றியலுகரந்தான் இருக்கும். 'கரும்பு', 'தோப்பு', 'வாழ்த்து' போன்ற சொற்களில் முடியும் 'உ'கரம் குற்றியலுகரமாகும்.

2.15.1. முற்றியலுகரத்தோடு 'வ'கரம் செருகல் விதி

முற்றியலுகரத்தில் முடியும் சொற்களோடு உயிரெழுத்தில் தொடங்கும் உருபையோ சொற்களையோ இணைக்கும்போது 'வ்' செருகல் விதி ஏற்படும். முன்னர் கூறியது போலத் தமிழில் முற்றியலுகரம் ஈரசைச் சொற்களுள் (*CVCV*) குறில் கொண்ட சொற்களில் மட்டுந்தான் இருக்கும் என்பதைத் தெளிவாக அறிய வேண்டும். தெரு, புழு, கொலு போன்ற சொற்களை எடுத்துக்காட்டாகக் கூறலாம். எல்லாச் சொற்களிலும் ஏனைய வரும் 'உ' குற்றியலுகரமாகத்தான் இருக்கும்.

ஒவி52: உ → உவ் /______{இ, உ, அ, ஓ} (முற்றியலுகரம்)

தெரு + இல் > தெருவில்

புழு + ஆ > புழுவா

இவற்றுக்கு இணையாக 'அழுவாதே', 'அளுவாதே', 'அயுவாதே' என்னும் சொற்களையும் ஆய்ந்தறிய வேண்டியது

தேவையாகிறது. 'அழு', 'தொழு', 'விழு' ஆகிய வினைகள் ஓரசையக் கொண்டு குறிலைக் கொண்டிருப்பதால் இவற்றிலும் இறுதி 'உ' முற்றியலுகரமே. இவ்வண்ணமே 'அழுவாதே' என்னும் எதிர்மறைக் கட்டளை வினை உருவாகியிருக்கிறது. 'அளுவாதே', 'அயுவாதே' போன்றவை 'ழ' 'ள'கரமாகும் விதியையும் 'ழ' 'ய'கரமாகும் விதியையும் பின்பற்றுகின்றன. ஆனால் 'அழாதே', 'தொழாதே', 'விழாதே' என்னும் பயன்பாடுகளையும் வழக்கில் காண்கிறோம். இவற்றில் 'உ' விடுபடு விதி நிகழ்ந்திருக்கிறது. இவ்வகையில் இவற்றை 'விலக்கு' எனக் கருத வேண்டியிருக்கிறது. முற்றியலுகரத்தில் முடிந்தாலும் 'எதிர்மறை' வினையெச்சமாக இவ்வினைகள் மாறும்போது குற்றியலுகரம் விடுபடுகிறது என்னும் ஒரு விலக்கு விதியைக் கொள்ள வேண்டியிருக்கிறது.

2.15.2. குற்றியலுகரம் விடுபடு விதி

குற்றியலுகரத்தில் முடியும் சொற்களோடு உயிரெழுத்தில் தொடங்கும் உருபையோ சொற்களையோ இணைக்கும்போது குற்றியலுகரம் கட்டாயமாக விடுபடும். மேற்கூறியபடி, *CVCV* என்னும் குறில் கொண்ட சொற்கள் அல்லாத எல்லா சொற்களிலும் குற்றியலுகரம்தான் வரும். 'வீடு, பாட்டு, நெருப்பு' போன்ற சொற்களிலும் குற்றியலுகரந்தான் இறுதியில் வரும். இக்குற்றியலுகரம் எப்பொழுதுமே வருமொழி சொல்லோடு இணையும்போது விடுபடும் தன்மையைக் கொண்டது.

ஒவி53: உ → Ø /______ V (குற்றியலுகரம்)

தோப்பு + ஐ > தோப்பை
வீடு + ஆ > வீடா

மேலும் கீழ்க்கண்ட சங்ககாலப் பாடல் வரி போன்ற பலவரிகளைச் சரியாகப் புரிந்துகொள்ள இவ்விதியை முறையாகப் பயன்படுத்த வேண்டும் என்பதும் தெளிவாகத் தெரியும்.

யாங்கஃடுண்டென வறிது மாசின்று (புறம் 319.4)

இவ்வரியைப் பிரித்தறியும்போது குற்றியலுகரம் விடுபடும் மேற்படி விதியை அறியலாம். 'யாங்கு+அஃடு+உண்டு+என+அறிது+மாசு+இன்று' எனப் பிரிக்கும்போது 'யாங்கு', 'அஃடு', 'உண்டு', 'மாசு' என்னும் சொற்களில் உள்ள குற்றியலுகரம் விடுபட்டிருப்பதை அறியலாம். இக்குற்றியலுகரம் விடுபடு விதியின் அடிப்படையில்தான் 'அஃடு', 'என', 'இன்று' ஆகிய சொற்களைச் சரியாக அறிந்துகொள்ள முடிகிறது.

குற்றியலுகரத்துக்கு முன் மெய்யெழுத்தில் குறிப்பாக வெடிப்பொலியில் தொடங்கும் உருபுகள் இயல்பு புணர்ச்சியாகப்

புணரும். வாழ்த்துகள், தோப்புகள் போன்ற சொற்களைக் கூறலாம். ஆனால் 'கள்' என்பது சொல்லாக இணையும்போது சொல்லாக்கமாக நிகழ்ந்து 'க' இரட்டிப்பதைக் காணலாம். 'தோப்புக்கள்' என்னும் எடுத்துக்காட்டக் கூறலாம். – தோப்பில் செய்த கள் என்பதை பொருளில் இது கூட்டுப்பெயராக மாறுகிறது என்பதை அறிய வேண்டும்.

2.16. சொல்லாக்கம், உருபன், தொடர்கள் சார்புற்ற வரம்புகள்

ஒலியன் விதிகள் சொல்லாக்கம், உருபுகள், தொடர்களின் வரம்புகளுக்கேற்ப மாறும் என்பதைப் பின்வரும் எடுத்துக் காட்டுகளில் காணலாம். சொல்லாக்கத்தில் இரு வேறு சொற்கள் இணைந்து புதிய சொல்லை உருவாக்கும் தன்மையது. 'தோப்பு + கள் > தோப்புக்கள்' என்பதில் இந்த இரு சொற்களுக்கிடையே 'சொல்லாக்க வரம்பு' இருக்கிறது என்பதை அறியலாம். இவ்வரம்பை + என்னும் குறியில் கொடுக்கலாம். இதற்கு மாறாக 'தோப்பு + கள் > தோப்புகள்' என்னும் சொல்லில் 'கள்' பன்மை விகுதியாகும். அதனால் இங்கு உருபன் வரம்பைச் சொல்லுக்கும் உருபுக்கும் இடையே காண்கிறோம். இவ்வரம்பை + என்னும் குறியில் கொடுக்கலாம். இதோடு 'தோப்பு + ஆ/உம்/ஆவது > தோப்பா/தோப்பும்/தோப்பாவது' என்னும் சொற்களில் தொடரன் வரம்பு இருக்கிறது என அறியலாம். இதை # என்னும் குறியீட்டில் கொடுப்பார்கள். இவ்வகையான உருபன் உருபு, தொடரன் உருபு வரம்புகளைப் பின் வரும் வேறுபாட்டிலும் அறியலாம்.

ஒலி*54:* ம் → Øத்த் /_____+(ஐ/ஆல்/இல்...)

மரம் + இல் > மரத்தில்

ஒலி*55:* ம் → ம்/____#(ஆ, உம், ஆவது...)

மரம் + ஆ > மரமா

ஒலி*56:* டு → ட்டு /_____+(ஐ/ஆல்/இல்...)

வீடு + இல் > வீட்டில்

காடு + ஐ > காட்டை

ஒலி*57:*டு → ட் /______#(ஆ/உம்/ஆவது...)

வீடு + ஆ > வீடா

காடு + ஆவது > காடாவது

இவ்வகையில் வேற்றுமை உருபுகள், பன்மை உருபுகள், எழுவாய் விகுதிகள் போன்றவற்றை உருபன் விகுதிகள் எனவும், 'ஆ', 'உம்', 'ஆவது', 'ஓ' போன்ற விகுதிகளைத் தொடரன் விகுதிகள் எனவும், 'மை', 'ப்பு', 'த்து' போன்ற சொற்களை உருவாக்கும் விகுதிகளைச் சொல்லாக்க விகுதிகள் எனவும் பிரித்தறிய வேண்டும். (மூவகை வரம்புகள் மற்றும் அவற்றில் நிகழும் வெவ்வேறு ஒலியன் விதிகள் பற்றிய விளக்கத்துக்குக் காண்க: அரங்கநாதன் 2020).

2.17. விடுபடு விதிக்கு ஈடுகட்டும்வகையிலான உயிர் நீட்டிப்பு

ஒலியன் மாற்றங்களில் பெரும்பாலும் ஒலிப்புமுறைக்கு உடன்பட்டும், ஒலிப்பிடத்துக்கு உடன்பட்டும் மாற்றங்கள் பரவலாக ஏற்படுகின்றன என்பதைப் பல எடுத்துக்காட்டுகள் மூலம் கண்டோம். இவ்வகை ஒலி மாற்றங்களோடு சில இடங்களில் ஒரு மெய் விடுபட்டால் அதற்கு ஈடுகொடுக்கும் வண்ணம் முன்னுள்ள குறில் நெடிலாக மாறும் தன்மையையும் காணலாம். இது பெரும்பாலும் சொல்லின் முதல் அசையில் மட்டுமே நிகழும் தன்மையது.

58. $\{a,e,i,o,u\} \rightarrow \{\bar{a},\bar{e},\bar{i},\bar{o},\bar{u}\} / \{a/e/i/o/u+C\} \rightarrow \{a/e/i/o/u+ \emptyset\}$

கீழ்க்கண்ட எடுத்துக்காட்டுகளை இச்சூழலில் கொடுக்கலாம்.

பெயர் > பேர் – ய விடுபடு விதி

வியர் > வேர் – ய விடுபடு விதி

திகதி > தேதி – க(ஹ) விடுபடு விதி

பொழுது > போது – ழ விடுபடு விதி

கோமகன் > கோமான் – க(ஹ) விடுபடு விதி

மருமகன் > மருமான் – க(ஹ) விடுபடு விதி

பெருமகன் > பெருமான் – க(ஹ) விடுபடு விதி

சிறுவர் > சிறார் – வ விடுபடு விதி

பார்ப்பனன்> பார்ப்பான் – ன விடுபடு விதி

அகம் + இல்> அகத்தில் > ஆத்தில் – க விடுபடு விதி

இன்னும் சில இடங்களில் இந்நீட்டிப்பு வழி ஒரு பொருளும், நீட்டிப்பு இல்லாமல் ஒரு பொருளிலும் இருவேறு சொற்கள் மாறுவதைக் காணலாம். இக்காலத் தமிழில் 'எடுத்துடு', 'எடுத்தூடு'; 'கொடுத்துடு' / 'கொடுத்தூடு' என்னும் வழக்குகள் இருப்பதை நோக்கலாம். முதல் வகையில் ஈடுகொடுக்கும் நீட்டிப்பு விதி நிகழவில்லை. ஆனால் இரண்டாவது வகைச் சொற்களில் இது நிகழ்ந்துள்ளது. முதல் வகை வினைகளும், இரண்டாவது

வகை வினைகளும் வெவ்வேறு பொருளைக் கொண்டிருப்பது நோக்கத்தக்கது.

கொடுத்துவிடு > கொடுத்துடு (வ விடுபடு விதி)

கொடுத்துவிடு > கொடுத்தூடு (வ விடுபடு விதியைத் தொடர்ந்து உ நீட்டிப்பு)

முகர்ந்தான் > மோர்ந்தான் > மோந்தான் (பூவை மோந்து பார்த்தான்)

இலக்கியங்களில் உயிர் நீட்டிப்புப் பெற்ற அமைப்பைக் காண்கிறோம்.

தலைக்கிட்ட பூமேவார் மோந்தபூச் சூடார்ப
சுக்கொடுப்பின் பார்ப்பார்கைக் கொள்ளாரே என்றும்
புலைக்கு எச்சில் நீட்டார் விடல். (ஆசாரக் கோவை 90)

கண்டுகேட் டுற்றுமோந்துண்டுழலும் ஐங்கருவி
கண்டவின்பம், தெரிவரிய அளவில்லாச் சிற்றின்பம்,
ஒண்டொடியாள் திருமகளும் நீயுமே நிலாநிற்பக்,
கண்டசதிர் கண்டொழிந்தேன் அடைந்தேனுன் திருவடியே.
(திவ்யப். - 3220)

முகர்ந்தது > முகந்தது (நீர் முகந்தது)
*கடல்**முகந்து** கொண்ட கமஞ்சூல் மாமழை (அகம் 43)*

கனை இருள் வானம் கடல் **முகந்து** என் மேல்
உறையொடு நின்றீயல் வேண்டும் *(கலி. 55)*

3

உருபுகளின் மாற்றங்களும் வினையமைப்புகளும்

இடைக்காலத்தில் "கடவுள் என் உள்ளத்தில் நின்றார்" என்றே கூறினர். ஆனால் இக்காலத்தில் "கடவுள் என் உள்ளத்தில் இருக்கிறார்" என்றே வழங்குகிறோம். இக்காலத் தமிழின் சில வழக்குகளை உற்றுநோக்கினால் வரலாற்று அடிப்படையில் ஏற்பட்ட பல உண்மைகள் தெரிய வரும். உதாரணமாக, "எதிர்பாராமல்" என்கிறோம். ஆனால் "எதிர்பார்க்காமல்" என்று சொல்வதில்லை. "காணாமல் போனது" என்கிறோம்; "பார்க்காமல் போனது" என்று சொல்வதில்லை. இச்செம்மொழி வழக்குகள் மட்டும் நம்மிடையே ஏன் ஒட்டி வந்தன? "கூறுமின்", "கூறன்மின்" (கூறல்+மின் > கூறன்மின்) என்று சொல்லும் கட்டளை வழக்கோ "கரியன்கொல்", "சேயன்கொல்" என்னும் ஏவல் வழக்கோ "நினைக்கிலார்", "அறிகிலார்" என்று சொல்லும் நிகழ்கால உருபு வழக்கோ இக்காலத் தமிழில் பயன்படுத்தாமைக்கான காரணத்தை வரலாற்று இலக்கணத்தின் அடிப்படையில் கொடுக்க வேண்டும். இக்காலத் தமிழில் இருக்கும் "பார்க்க முடியாது", "சொல்ல முடியாது" என்னும் வினையமைப்புகள் செம்மொழியில் "காணவொண்ணாது", "விளம்பவொண்ணாது" என்று இருந்திருக்கின்றன? ஏன் இந்த மாற்றங்கள்? எப்படி இந்த மாற்றங்கள் நிகழ்ந்தன? இவ்வாறான மாற்றங்களை ஆராயும்போது காலப்போக்கில்

மொழியில் ஏற்பட்ட சில புதிய வடிவங்களைப் பற்றி அறிந்துகொள்ள முடிகிறது. மேலும் சங்ககால வழக்கையும் இடைக்கால வழக்கையும் ஒப்பிடும்போது இடைக்கால நூல்களில் பல புதிய உருபுகளும் இலக்கண அமைப்புகளும் வந்திருப்பதை அறிய முடிகிறது. அதேநேரத்தில் சங்க காலத்தில் பயன்படுத்தப்பட்ட பல வழக்குகள் இடைக்காலத்தில் எண்ணிக்கையில் குறைவாகப் பயன்படுத்தப்பட்டுள்ளன என்கிறார் சண்முகம் (காண்க: Shanmugam, 1995). மேலும் இலக்கண உருவாக்கமும் தமிழில் வினைகள் எப்படி இலக்கண உருபுகளாக மாற்றங்கள் அடைந்தன என்னும் விரிவான விளக்கத்துக்குக் காண்க: Renganathan (2020). இவ்வியலில் பல புதிய உருபுகள் இடைக்காலத்தில் ஏற்பட்ட நிலையும் அவை எப்படி ஏற்பட்டன என்பதும் விளக்கப்படுகிறது. அதோடு புதிய பல உருபுகள் உருவானதால் எப்படித் தமிழ் மொழி சொல் நிலை மொழியிலிருந்து ஒட்டு நிலை மொழியின் தன்மையைப் பெற்றது எனவும் விளக்கப்படுகிறது. குறிப்பாக 'முடியும்', 'வேண்டும்', 'லாம்' போன்ற வினை அமைப்புகளும், 'கொள்', 'கொண்டிரு', 'விடு', 'இரு' ஆகிய வினையமைப்புகளும் கடைச்சங்க காலத்திலிருந்து சிறிது சிறிதாக அறிமுகப் படுத்தப்பட்டுப் பத்தொன்பதாம் நூற்றாண்டின் இறுதியில் எப்படித் தமிழ் மொழி பல்வேறு உருபுகளோடு ஒட்டு மொழி என்னும் தகுதியைப் பெற்றது என்பதை உறுதிப்படுத்துகிறது இவ்வியல்.

3.1. "லாம்" என்ற உருபு வந்த விதமும் வரலாற்று இலக்கணத்தில் இதைக் கூறும் முறையும்

இக்காலத் தமிழில் "லாம்", "முடியும்", "வேண்டும்" போன்ற உருபுகள் நன்கு வளர்ந்த நிலையில் உள்ளன. இவற்றை இடைக்காலத் தமிழிலோ சங்கத் தமிழிலோ காண முற்படும்போது நமக்கு இவை அங்கு வெவ்வேறு முறையில் பயன்படுத்தப் பட்டிருப்பதை அறிவோம். மேற்கூறியபடி "முடியும்" என்னும் சொல்லுக்குப் பதிலாக "ஒண்ணும்" என்னும் சொல்லையும், "வல்லான்" என்னும் சொல்லையும் பயன்படுத்தி வந்துள்ளமையை அறியலாம். "ஆடவல்லான்", "கூற இயலும்" என்றெல்லாம் காண்போமே தவிர, "பார்க்க முடியும்" என்பது போன்ற அமைப்புகளைக் காண்பது அரிது. இது போன்றே "லாம்" என்ற உருபின் மாற்றங்களைக் காண்போம். இவ்வுருபின் பொருளைச் "செய்யல் ஆகும்", "பார்க்கல் ஆகும்" போன்ற வினை அமைப்பில் பெற முடிகிறது. இடைக்காலத் தமிழில் "அல்" வினைகளே அடிப்படை வினையாகப் பல இடங்களில் பயன்படுத்தப்பட்டு வந்துள்ளமை உண்மை. "கேட்டறியலானார்", "செலவிடலானார்"

போன்ற அமைப்புகள் பத்தொன்பதாம் நூற்றாண்டுவரை மிகச் சரளமாகப் பயன்படுத்தப்பட்டு வந்துள்ளன. இடைக்கால மொழியில் ஏற்பட்ட ஒரு அன்வயப்படுத்தப்பட்ட மாற்றத்தின் அடிப்படையில் "செய்யல் ஆகும்" என்பது போன்ற வினையடிகள் "செய்யலாம்" என மாறிய நிலையை அறியலாம். திருமந்திரத்தில் இவ்வாறான வழக்குகள் நிறைய உள்ளன. திருமந்திரத்திலேயே இதன் மாற்றுவடிவமாக "தூர்க்கலும் ஆமே" (திருமந். 212) என்ற வழக்கையும் காண்கிறோம். "ஆகும்" என்னும் வினை "ஆம்" என மாற்றுவடிவத்தைக் கொண்டது தமிழின் வினையமைப்பில் ஒரு மாற்றம் ஏற்படக் காரணமானது எனலாம். இவ்வகையில் இம்மாற்றத்திற்கு திருமூலரின் மொழிப்பயன்பாடுதான் காரணம் என்று கூடக் கூறலாம். இடைக்காலத்தில் "அல்" எனும் உருபு "பார்க்க", "சொல்ல" போன்ற வினையமைப்புக்கு ஈடாகப் பயன்படுத்தப்பட்டு வந்துள்ள நிலை மாறி, இக்காலத்தில் இவற்றின் வழக்கிழந்த நிலையையும் காண்கிறோம். "பார்க்கல் ஆகும்" என்பதிலிருந்து வந்த "பார்க்கல் ஆம்" என்னும் சொல்லமைப்பை இணைத்துப் பார்க்க "பார்க்கலாம்" என்னும் வடிவம் வருகிறது. இதுவே பிற்காலத்தில் "பார்க்க லாம்" என அன்வயப்படுத்தப்பட்டு "பார்க்கலாம்" என்னும் வினையமைப்பு வரக் காரணமாகிறது. இக்கருத்தை வரலாற்று இலக்கணத்தில் கொடுக்கும்போது "பார்க்கல் ஆகும்" என்னும் பயன்பாட்டினின்று "ஆகும்", "ஆம்" என ஒலியன் குறைப்பில் மாறி வழங்கும் வழக்கை யும் காட்டிப் பின்னர் "அல்", "ஆம்" என்னும் உருபுகள் இணைவதையும் விளக்க வேண்டியுள்ளது. திருமந்திரத்திலேயே "அருள் பெறலாமே" (திரு. 36) என்பது போன்ற வழக்கும் இருப்பதைக் காண்கிறோம். அதாவது திருமந்திரத்திலேயே இம்மூன்று நிலைகளுக்கான எடுத்துக்காட்டுகளும் (–அல் ஆகும், –அல் ஆம், –அ லாம்) நமக்குக் கிடைக்கப் பெறுகின்றன. இவ்வாறன்றி, சில மாற்றங்கள் ஒவ்வொரு நிலையிலும் பல்வேறு காலகட்டங்களைக் கடந்தவண்ணமாகக் கூட இருக்கலாம். அவ்வாறான மாற்றங்களை விளக்கும்போது உதாரணங்களைப் பல்வேறு நூற்களினின்று எடுத்துக்காட்ட வேண்டிய சூழல் ஏற்படலாம் (காண்க: Renganathan, 2010).

ஆகும் என்னும் வினை ஆம் என மாறியது ஒரு பொதுவான மாற்றத்தின் அடிப்படையில் ஏற்பட்டது. இவ்வகை மாற்றங்களை ஒலியன் குறைப்பு (*phonological reduction* மற்றும் *lenition*) என மொழியியலாளர்கள் கூறுவர். "போகும்" என்பது "போம்" எனவும், "எல்லாம்" என்னும் சொல் "எலாம்" எனவும் மாறி வழங்கியிருப்பதை நாம் இடைக்காலத் தமிழில் காணலாம். இம்மாற்றங்களில் ஒன்றான "ஆகும்" என்பது "ஆம்" என மாறியது தமிழின் சொற்றொடர் மாற்றத்திற்கு வித்திட்டிருக்கிறது என்ற

உண்மையைத் தமிழை வரலாற்று நோக்கில் காணும்பொழுது விளங்குகிறது. இவ்வகை ஒலி அடிப்படையிலான மாற்றங்கள் பல தமிழ் மொழி வரலாற்றில் நிகழ்ந்துள்ளன. மொழி முதல் யகர மெய் கெடல் வழியாக யாறு > ஆறு, யார் > ஆர் என்பன, சொல்லிறுதி ழகரம் ணகரமாக மாறுதல் – சோழ நாடு > சோணாடு, வாழ்நர் > வாணர் – போன்ற மாற்றங்களைச் சண்முகம் எடுத்துக்காட்டுகிறார் (காண்க: சண்முகம், 2009).

3.2. தமிழின் 'வெளிசெய்', 'உள்ளாறு போன்ற தொடர் வினையமைப்பில் ஏற்பட்ட மாற்றங்கள்

சங்க காலத்திலும் இடைக்காலத்திலும் தொடர் வினைகள் (*phrasal verbs*) என்னும் வினைகள் பரவலாகப் பயன்படுத்தப்பட்டு வந்துள்ளன. "மேல் எறிந்து உள்ளே வெளிசெய்த அப்பொருள்" என்கிறார் திருமூலர். "தீயினாற் சுட்டப் புண் உள்ளாறும்" என்கிறார் திருவள்ளுவர். "வெளிசெய்", "உள்ளாறு", "வெளியுறு", "உள்ளிடு", "உள்நோக்கு" போன்ற வினையமைப்புகளைச் செம்மொழியில் பரவலாகப் பயன்படுத்தியுள்ளனர். இவ்வினைகளே இக்காலத்தில் "வெளியேறு", "உள்நோக்கம்", "உடன்பிறந்தோர்" போன்ற சொற்கள் வரக் காரணமாக இருந்தன. இப்புதிய சொற்கள் வழக்குக்கு வந்தபின் இவ்வினைகளும் இவ்வினையமைப்பு களும் வழக்கிழந்தன எனலாம். இவ்வுண்மையை எங்ஙனம் வரலாற்று இலக்கணத்தில் எடுத்தியம்புவது? இதற்கு இவ்வினைக ளெல்லாம் பயன்படுத்தப்பட்ட இடங்களை அறுதியிட்டுக் காட்டுவதோடு இவ்வினை அமைப்புகள் எப்படி ஒரு தனி வினையாகவோ தனிப் பெயராகவோ மாற்றம் கொண்டுள்ளமை யையும் காட்ட வேண்டியது தேவையாகிறது. "என் உள்ளத்து உடன்இயைந்தாளே" (திருமந். 1114), எனவும் "பெரியார் உடன்கூடல் பேரின்பமாமே" (திருமந். 545) எனவும் வரும் சொற்றொடர்களைத் திருமந்திரத்தில் காண முடிகிறது. இச்சொற்றொடரில் வரும் உடன் என்னும் சொல் "உடன்இயை", "உடன்கூடு" என்பன போன்ற தொடர் வினையாகவே பயன்படுத்தப்பட்டு வந்துள்ளமை விளங்குகிறது. இதையே பிற்காலத்தில் பிரித்து "உடன்" என்னும் உருபாகப் பயன்படுத்தி வந்திருக்கிறோம். மேற்படிச் சொற்றொடர்களை "என் உள்ளத்துடன் இயைந்தாளே" எனவும், "பெரியாருடன் கூடல் பேரின்பமாமே" எனவும் அறியும்போது இவை முற்றிலுமாக ஒரே பொருளைத் தருகின்றன எனக் கூறுவது இயலாது. இருப்பினும் குறிப்பாக, இக்காலத் தமிழில் "உடன்இயை", "உடன்கூடு" என்னும் வினை வகைகள் வழக்கில் இல்லை எனும் நிலையில் இவ்வகை வினைகளே "உடன்" என்னும் உருபை இக்காலத்தமிழுக்குக் கொணர வித்திட்டன எனலாம். இவ்வகை மாற்றம் ஏற்படக்

காரணம் சொற்றொடரில் உள்ள சொற்களை வெவ்வேறு நிலையில் அன்வயப்படுத்தி வெவ்வேறாகக் காணும்போது ஏற்பட்டிருக்கின்றன எனக் கொள்ள வேண்டும். முக்கியமாக, 'மாயரோடு உடன்வளை கோல் வீச' என்னும் தொடர் திவ்யப் பிரபந்தத்தில் வருவதைக் காண்கிறோம். இச்சொற்றொடரில் உள்ள "ஓடு" என்னும் விகுதி வேற்றுமை விகுதியாகவும், "உடன்" எனும் விகுதி வினைத்தொடரோடு கொண்ட வினையாகவும் வழங்கப்பட்டிருப்பின் இடைக்காலத்தில் வழக்கில் இருந்த இவ்வகையான தொடர்வினைகளின் தனித்தன்மை விளங்கியிருக்கும். மேலும் "உடன்படு" "உடன்பிற" போன்ற வினைகள் மேற்படித் தொடர்வினைகளாகப் பயன்படாமல் தனிவினைகளாகப் பயன்படுவதைக் காணுங்கள். இவ்வகையில் இதுவும் வரலாற்று அடிப்படையில் ஏற்பட்ட மாற்றந்தான் எனக் கொள்வது அவசியமாகிறது.

3.3. இலிருந்து, இடமிருந்து போன்ற விகுதிகளின் வரலாற்று நோக்கு

இக்காலத் தமிழில் வழங்கப்படும் "இலிருந்து", "இடமிருந்து" என்னும் இரு விகுதிகளையும் இடைக்காலத் தமிழில் உள்ள சில சொற்றொடர்களைக் கொண்டு நோக்கும்போது இவ்விகுதிகள் இக்காலத் தமிழுக்கு வந்ததின் சில அடிப்படை உண்மைகளை அறிய முடிகிறது. இங்குக் கொடுக்கப்பட்டுள்ள உதாரணங்களைக் காணும்போது மேற்சொன்ன மொழியியல் மாற்றமான அன்வயப்படுத்துதல்தான் இதற்கும் காரணம் எனத் தோன்றுகிறது. உதாரணமாக "எய்த நாளில் இருந்து கண்டேனே" (திருமந்.. 186) என்று கூறும் திருமூலரின் வாக்கியத்தைக் காணுங்கள். இதையே "எய்த நாளிலிருந்து கண்டேனே" என்னும் தொடராக அமைக்க வாய்ப்பிருக்கிறது. "இருந்து காண்" என்பதை நாம் மேலே விளக்கியபடி ஒரு தொடர்வினையாகக் கொள்ள வாய்ப்பிருக்கிறது. இதுவே காலப்போக்கில் வேறாக அன்வயப் படுத்தப்பட்டு வேற்றுமை விகுதியாக வரக் காரணமாகியிருக்கும்! "மாமல்லபுரத்தில் இருந்து வாழும் உழக்குணி வணிகன்" என ஒரு கல்வெட்டில் காண்கிறோம். "இருந்துகாண்", "இருந்துவாழ்" போன்ற வினைச் சொற்றொடர் களைச் செம்மொழிக் காலத்தில் அதிகமாகப் பயன்படுத்தி யிருக்கிறார்கள். "இருந்து" என்னும் வினை இதற்கு முன்னிருக்கும் "இல்" என்னும் விகுதியோடு இணைந்து, "இலிருந்து" என்னும் வேற்றுமை விகுதியாகப் பிற்காலத்தில் மாறக் காரணமாகியது எனலாம். இவ்வாறே "இடமிருந்து" என்னும் விகுதிக்கும் சில உதாரணங்கள் கொடுக்கலாம். "இராப்பகல் அற்ற இடத்தே இருந்து" (திருமந். 331) என ஒரு வாக்கியத்தைத் திருமந்திரத்தில்

காண்கிறோம். அத்தோடு "மேல் இருந்து", "உள் இருந்து" போன்ற அமைப்புகளையும் பார்க்க முடிகிறது. இச்சொல்லமைப்புகள் பிற்காலத்தில் அன்வயப்படுத்தல் வழி ஒன்றாக இணைந்து தனி விகுதியாக ஏற்பட்டிருக்க வேண்டும்.

3.4. "பற்றி" என்பதுபற்றி

"பற்றி" என்னும் சொல் வேற்றுமை இலக்கணத்தின் ஒரு அங்கமாக விளங்குகிறது. இதைப் பஃறி என்னும் சொல்லிலிருந்து அறிய வேண்டும் எனப் பாலசுப்பிரமணியம் கூறுகிறார். (காண்க: *Balasubramanian, 2001: p. 60*). பஃறி என்பதையே சங்ககாலச் சொல்லாகக் கொண்டு இச்சொல்லை ஆய்ந்தறிவது அவசியம் எனப் புலப்படுகிறது. ஃ எப்படி மொழி முதல் வரும் ஒலிக்கு இணைகிறது என்று நாம் முன்னரே கண்டோம். இச்சொல்லில் ஃ ற் ஆக மாறியிருப்பது நாம் முன்னர் குறிப்பிட்ட ஒலியன் விதியின் அடிப்படையில் ஏற்பட்டது எனக் கூறலாம். இச்சொல் "ஐ" விகுதிக்குப் பக்கத்திலும் பெயருக்குப் பக்கத்திலும் வரும். "அவரைப் பற்றி" என்றும் கூறலாம் "அவர் பற்றி" என்றும் கூறலாம். இந்தச் சொல்லை இடைக்காலத் தமிழின் பயன்பாட்டு வழி நோக்கும்போது சில மொழியியல் உண்மை புலப்படுகிறது. எடுத்துக்காட்டாக, நூலொன்று பற்றி நுனியேறமாட்டாதார் (திருமந். 295), "பசுக்கள் தலைவனைப் பற்றிவிடாவே" (திருமந். 2279) என்று வரும் திருமந்திர வாக்கியத்தை நோக்குங்கள். "பற்றி" என்பது இங்குத் தனிவினையாக வந்துள்ளது. நூலொன்று பற்றி நுனியேறமாட்டாதார் என்னும் தொடரில் "பற்றி" என்னும் சொல் "படித்து", "அறிந்து" என்ற பொருளில் "நூல் எதையும் படித்து சிறக்க மாட்டார்" என்று வந்திருக்கிறது. அதேசமயத்தில் இவ்வாக்கியத்தை இக்கால வாக்கிய அமைப்போடு நோக்கிடும்போது இச்சொல் இங்கே ஒரு வேற்றுமைப் பொருளில் வந்துள்ள நிலை தெரிகிறது. "ஒரு நூலைப் பற்றியும் அறிந்துணர மாட்டார்" என இவ்வாக்கியத்துக்குப் பொருள் கொடுக்கலாம். இவ்வகை மயக்க நிலையில் உள்ள சொற்றொடர்கள் பலவற்றை நாம் இடைக்காலத் தமிழில் காணலாம். இவ்வகை பொருள் மயக்கநிலைச் சூழல்களைக் கூடியவரையில் எந்த மொழியும் நீக்கிக்கொள்ளப் பார்க்கும். இந்த வகையில் "பற்றி" என்னும் சொல் இக்காலத்தமிழில் வேற்றுமைப் பொருளில் மருவியிருக்கிறது. அத்தோடு இவ்வகை மாற்றங்களினால் ஏதாவது ஒரு பயன்பாடு வழக்கிழக்கவும் வாய்ப்பிருக்கிறது. இவ்வகையிலேயே "பற்றி" என்னும் சொல் இக்காலத்தில் "பற்று" என்னும் பொருளில் வராமல் இருப்பது நோக்கத்தக்கது. அதாவது "நூலைப் பற்றிச் சொல்லுங்கள்" என்றால் "நூலைப் பிடித்துக்கொண்டு சொல்லுங்கள்" என்றோ "நூலைப் படித்துச் சொல்லுங்கள்" என்றோ யாரும் பொருள்

மயக்கமாகப் புரிந்துகொள்ளப் போவதில்லை. இத்தகைய பொருள் இடைக்காலத் தமிழில் வழக்கில் இருந்ததே தவிர இக்காலத் தமிழில் வழக்கிழந்துவிட்டது. எனவே "பற்றி" என்னும் சொல் வேற்றுமைப் பொருள் பெறவும் இச்சொல்லின் "பற்று" எனும் பொருள் வழக்கிழப்பதும் இம்மொழியியல் மாற்றத்தில் தொடர்பு கொண்டுள்ளது எனக் கொள்ளலாம்.

3.5 போ என்னும் வினையின் 'போன்–', 'போந்த்–' ஆகிய இறந்தகால விகுதிகள்

'போ' என்னும் வினையை இக்கால இலக்கணத்தில் மூன்றாம் வகையாகவும் இது 'இன்' என்னும் இறந்தகால விகுதியை எடுப்பதாகவும் அறிகிறோம். ஆனால் வரலாற்றுநோக்கில் பார்க்கும்போது இது 'ந்த்' என்னும் இறந்தகால விகுதியை எடுப்பதைக் காணலாம். பின்வரும் நாச்சியார் திருமொழிப் பாடலில் 'போந்தாரோ', 'போந்தார்', 'போந்து' என்னும் பயன்பாடு உள்ளதைக் காண்க.

எல்லே. இளம் கிளியே இன்னம் உறங்குதியோ
சில் என்று அழையேன் மின் நங்கையீர் போதருகின்றேன்
வல்லை உன் கட்டுரைகள் பண்டே உன் வாய் அறிதும்
வல்லீர்கள் நீங்களே நானே தான் ஆயிடுக
ஒல்லை நீ போதாய் உனக்கென்ன வேறுடையை
எல்லாரும் போந்தாரோ போந்தார் போந்து எண்ணிக்கொள்
வல் ஆனை கொன்றானை மாற்றாரை மாற்றழிக்க
வல்லானை மாயனைப் பாடேலோர் எம்பாவாய் (நாச்சி 488)

இதுபோன்ற வழக்கைப் பெரும்பாலும் பக்தி இலக்கியங்களில்தான் காண்கிறோம். ஐந்திணை ஐம்பது நூலில் ஒரு சில இடங்களில் வருகிறதே தவிர மற்ற சங்க நூற்களில் இவ்வழக்கு இருப்பதாகத் தெரியவில்லை.

அன்றமரில் சொற்ற அறவுரைவீழ் தீக்கழுது
மன்றுயாந்து போந்த வகைதோமின் – பொன்றா (ஐந்திணை., 1)

மணிஅரவம் என்றெழுந்து போந்தேன் – கனிவிரும்பும்
புள்ளரவம் கேட்டுப் பெயர்ந்தேன் ஒளியிழாய்
உள்ளுருகு நெஞ்சினேன் ஆய். (ஐந்திணை. 25)

அறிகின்ற மூலத்தின் மேல்அங்கி அப்புச்
செறிகின்ற ஞானத்துச் செந்தாள் கொளுவிப்
பொறைநின்ற இன்னுயிர் போந்துற நாடிப்
பறிகின்ற பத்தெனும் பாரஞ்செய் தானே (திருமந். 452)

சங்க நூற்களில் 'போயின்று' என்னும் வழக்கு வருகிறது. பக்தி இலக்கியங்களிலும் இவ்வழக்கு பரவலாக இருப்பதைக் காண்கிறோம்.

ஆள்வினைக்கு அகறிஆயின் இன்றொடு
போயின்றுகொல்லோ தானே படப்பை (நற்ற். 206)

இறந்தகால வழக்காக 'போந்த்–', 'போயின்-', 'போன்', 'போயிற்று' என சங்கம், பக்தி இலக்கியங்களில் இருந்திருக்கின்றன என அறிகிறோம். ஆனால் இக்கால வழக்கில் முதல் இரு வழக்கும் இழந்து 'ன்', 'ற்ற்' ஆகிய உருபுகளே வழங்கிவருகின்றன என்பது குறிப்பிடத்தக்கது. 'போயின் > போன்' என்னும் வழக்கை 'ய' விடுபடு விதி வழித் தொடர்புபடுத்தலாம். ஆனால் 'போந்த்' என்னும் அமைப்பின் வழக்கிழப்பை வரலாற்று மொழியியல் வழி விளக்கச் சாத்தியமற்றிருக்கிறது. இவ்வழியே 'கல்அதர்க் கவலை போகின் சீறூர்' (அகம் 78), கல்வியுடையார் கழிந்தோடிப் போகின்றார் (திருமந். 293) என்பன போன்று வரும் வழக்கையும் ஒலியன் விதிகளின் அடிப்படையில் அலச வேண்டியிருக்கிறது. 'க' விடுபடு விதியால் 'போகின்' என்பது 'போயின்' என மாறிப் பின்னர் 'போன்' என இக்காலத்தமிழில் வழங்கப்படுகிறது எனவும் விளக்க வேண்டியிருக்கிறது. ஆகையினால், இக்காலத் தமிழில் வழங்கிவரும் 'போனார்', 'ஆனார்' என்னும் வழக்கு களுக்கு 'க' விடுபடு விதி, 'ய' செருகல் மற்றும் 'ய' விடுபடு விதி எனப் பல்வேறு ஒலியன் விதிகள் வழி விளக்க வேண்டி யிருக்கிறது. இருப்பினும் 'போனார்', 'ஆனார்' போன்ற வினைகளை 'போகினார்', 'ஆகினார்' போன்ற அடிப்படை இலக்கிய அமைப்புகளிலிருந்து 'போயினார்', 'ஆயினார்' என்னும் இடைநிலை அமைப்புகள் வழி விளக்க வேண்டும் என்னும் உண்மை இவ்வழி புலப்படுகிறது. இவ்வகை வரலாற்று மொழியியல் உண்மைகள் பல்வேறு சொற்களிலும் தொடர்களிலும் இருக்கின்றன.

இச்சூழலில் 'உந்து' என்னும் பயன்பாடு சங்கம் மற்றும் பக்தி நூற்களில் பரவலாகப் பயன்பட்டு வருவதையும் நோக்க வேண்டும்.

புணரி யோதம் பணிலம் மணியுந்து புல்லாணியே
(திவ்யப். 1769, 1771, 1772)

அகிற்குறடுஞ்சந்தனமும் அம்பொன்னும் மணிமுத்தும்
மிகக்கொணர்ந்து திரையுந்தும் வியன்பொன்னித் திருநறையூர்
(திவ்யப். 1532).

மின்னத்தண் திரையுந்தும் வியன்பொன்னித் திருநறையூர்
(திவ்யப். 1553)

இவ்வெடுத்துக்காட்டுகளில் 'உந்து' என்பது தனி வினையாக 'எழுதல்', 'பெருகுதல்' என்னும் பொருளில் வருவது அறியத்தக்கது. (காண்க: சென்னைப் பேரகராதி: *1. To rise, flow, as water; to swell, as the sea;* எழும்புதல். உந்துநீர்க்கங்கை (கூர்மபு. இராமனவ. *39)* இதற்கு மாறாக ஒரு விகுதியாகப் பல்வேறு சங்கநூற்களின் பயன்பாடுகள் வழி விளக்குகிறார் சிவராஜப்பிள்ளை *(1929)*. சிவராஜப்பிள்ளை அளிக்கும் கீழ்க்கண்ட எடுத்துக்காட்டுகளில் 'உந்து' என்னும் பயன்பாட்டை வினையாகவும் அறிய இயல்கிறது என்பது நோக்கத்தக்கது.

நெல்லரியு மிருந்தொழுவர்
செஞ்ஞாயிற்று வெயின் முனையிற்
றெண்கடற்றிரை **மிசைப்பா யுந்து**
திண்டிமில் வன்பரதவர்
வெப்புடைய மட்டுண்டு
தண்குரவைச் **சீர்தூங்குந்து**
தூவற்கலித்த தேம்பாய்புன்னை
மெல்லிணர்க்கண்ணி மிலைந்தமைந்த
ரெல்வளை மகளிர் **தலைக்கைதரூஉந்து**
வண்டுபடமலர்ந்த தண்ணறுங்கானன்
முண்டகக்கோதை யொண்டொடிமகள்
ரிரும்பனையின் குரும்பைநீரும்
பூங்கரும்பின் றீஞ்சாறு
மோங்குமணற் குவவுத்தாழைத்
தீநீரோ டுடன் விரா அய்
முந்நீருண்டு **முந்நீர்ப்பாயுந்**
தாங்காவுறையு ணல்லூர் கெழீஇய
வோம்பா வீகை மாவே ளெவ்வி
புனலம் புதவின் மிழலை யொடு... (புறம். 24)

இவற்றில் பயன்படுத்தப்படும் 'பாயுந்து', 'தூங்குந்து', 'தரூஉந்து' என்பனவற்றைப் பெயரெச்சங்கள் எனவும், இவற்றின் பெயராக 'மிழலை' வந்துள்ளமையையும் சிவராஜப்பிள்ளை விளக்குகிறார். 'பாயுந்தாங்கவ் வுறையுணல்லூர் கெழீய' என்னும் பயன்பாட்டையும் சுட்டிக்காட்டும் சிவராஜப்பிள்ளை 'தாங்கவ' என்பதனைத் 'தாங்கா' வெனத் திரித்திருக்கலாமென ஊகிக்கவும் இடமுண்டு எனக் குறிக்கிறார் (பக்.12). "முந்நீர்ப்பாயுந்தாங்காவுறையு ணல்லூர்" என்பதை ஒலியன் விதிகளின் அடிப்படியில் பிரிக்கும் போது 'மு+நீர்+பாய்+உந்து+ஆங்கா(க)+உறையும்+நல்லூர்' எனப் பிரித்தறிவதே முறைமையாகும். இவ்வழியில் 'ஆங்கு' என்பதை விளியாகக் கருதி 'பாயுந்து' என்பதை 'முந்நீர் பாய்ந்தெழும்' என்னும் பொருளில் எடுக்கவே தோன்றுகிறது. பேரகராதியின் பொருள்படியே 'எழுந்து', 'பாய்ந்து', 'மிரண்டெழுந்து' என்னும் பொருளிலேயே 'உந்து' என்னும் வினையை அறிந்து இதைப் பெயரெச்சமாகக் கருதாமல் வினையெச்சமாகவே கருதத் தோன்றுகிறது. இதைப் புறம் *343, 346* ஆகிய பாடல்களின் வழியும் அறியலாம். சந்தணத்தின் மணம் உந்து (பெருகி), கடலின்

அலைகள் பாய்ந்து உந்து (பெருகி), குரவைகளின் சீர்தூக்கி உந்து (பெருகி) எனவே 'உந்து' என்னும் பயன்பாட்டைத் தனிவினையாக அறியத் தோன்றுகிறது. 'திரையுந்தும் வியன்பொன்னித் திருநறையூர்' என்னும் திவ்யப் பிரபந்த பயன்பாட்டில் 'உந்தும்' என்பது பெயரெச்சமாகப் பயன்படுவது அறியத்தக்கது.

3.6. 'ஆமல்' என்னும் வினையெச்ச எதிர்மறை உருபு வந்த விதம்

'வராமல்', 'போகாமல்' என வழங்கி வரும் வினையெச்ச எதிர்மறை உருபு இக்காலத் தமிழுக்கு வந்த விதத்தை வரலாற்று மொழியியல் கருத்துகளின் அடிப்படையில் அலசுவது அவசியமாகிறது. இடைக்காலத் தமிழில் 'ஆது' என்னும் விகுதியையே பெரும்பாலும் 'ஆமல்' என்னும் விகுதிக்கு இணையாக பயன்படுத்தி வந்துள்ளமையை அறிகிறோம். கீழ்க்காணும் வாக்கியத்தில் இது புலன்படும்.

"இத்தன்மையான இடர்ப்பாடுகள் நிரம்பிய மிறைக்கவிகள் நந்தமிழ்ப் புலவர்கள் மனங்களைக் கவராதொழிவனவாக" (சூரியநாராயண சாஸ்திரியார், 1903, பக். 25)

இங்கு 'கவராது ஒழிவனவாக' என்னும் தொடரில் 'கவராது' என்பதை இக்காலத் தமிழுக்கு மாற்றும்போது 'கவராமல்' என மாற்ற வேண்டியிருக்கும். ஆனால் இவ்வழக்கையும் சூரியநாராயண சாஸ்திரியார் பயன்படுத்திருப்பதையும் பின்வரும் வரியின் வழி அறிகிறோம்.

"இது மேற்பார்வைக்குத் தெளிவான பொருள் கொண்டது போல் தோன்றாமையிலிருந்த போதிலும் உய்த்துணருமிடத்து இதற்கு இது தான் பொருளென்று வரிந்து சுட்டலாகும்படி யிருக்கின்றது." (சூரியநாராயண சாஸ்திரியார் 1903, பக். i).

'தோன்றாமையிலிருந்த போதிலும்' என்பதைத் 'தோன்றாதிருந்தமையிலிருந்த போதிலும்' எனவும் எழுதலாம். 'ஆமல்','ஆது' ஆகிய இரு விகுதிகளும் வினையெச்ச எதிர்மறைப் பொருளில் வழங்கி வந்துள்ளமையை அறிகிறோம். இக்காலத் தமிழில் ஏன் 'ஆது' என்பதை 'ஆமல்'என்னும் விகுதி வழி அறிகிறோம் என்பது கேள்விக்குரியது. 'ஆமல்' என்னும் விகுதியை 'வருதல் ஆகாமல்', 'போதல் ஆகாமல்' எனும் 'அல்' விகுதியோடு தொடர்புப்படுத்தி 'க' விடுபடு விதியால் 'ஆகாமல் 'என்பது 'ஆமல்' என மாறியிருக்கிறது என ஊகிக்க வேண்டியிருக்கிறது (காண்க: சொல்லாயினும் பொருளின்றி வேண்டா கூறலாகாமல் முன்னும் பின்னுமுள்ள பொருட்டொடர்புக்கு. முல்லைப்பாட்டு) இம்முறையிலேயே

'தோன்றலாகாதிருந்தமையால்' எனவும் மேற்படி 'ஆது' என்னும் உருபு கொண்ட வினையையும் விளக்கலாம். 'ஆகாது' என்பது 'க' விடுபடு விதியால் 'ஆது' என மாறியிருக்கிறது எனவும் விளக்க வேண்டியிருக்கிறது (காண்க: கல்லாத மூடரைக் காணவும் ஆகாது – திருமந். 317,. பிறர் விடுத்தற்கு ஆகாது பிணித்த என் நெஞ்சே – நற்றிணை 96) இதன் வழி 'க' விடுபடுவிதிதான் 'ஆமல்' (‹ஆகாமல்) மற்றும் 'ஆது' (‹ஆகாது) ஆகிய இவ்விரு உருபுகளும் உருவாகுவதற்குக் காரணமாக இருந்துள்ளமையை அறிகிறோம்.

3.7 'விடு', 'கொள்', 'இரு', 'கொண்டு இரு' என்னும் வினைகளின் மாற்றங்கள்

'விடு', 'கொள்', 'இரு', 'கொண்டு இரு' ஆகிய வினைகள் தனி வினைகளாகவே சங்கத் தமிழில் செயல்பட்டு வந்துள்ளன. ஆனால் இவை பக்திகாலத்தில் பல மாற்றங்களுக்கு உட்பட்டு இக்காலத் தமிழில் இவை துணைவினைகளாகப் பரவலாகப் பயன்பட்டுவருகின்றன என்பது அறிந்ததே. இத்துணைவினைகளின் உருவாக்கத்தை வரலாற்று மொழியியல் அடிப்படையில் அறிய முற்படும்போது இடைக்காலத் தமிழில் ஏற்பட்ட பல மாற்றங்களை அறிந்துகொள்ள இயலும். இடைக்காலத் தமிழில் இவ்வினைகள் பாவிலக்கணங்களின் இலக்கண விதிகளுக்கு உடன்பட்டுப் பல்வேறு 'இடமாற்ற' (*reanalysis*) அமைப்புக்கு உட்பட்டுப் பின்னர் ஒவ்வொன்றும் வெவ்வேறு தனி வினையாக மாறியிருப்பதைக் காணலாம். இவ்வகை மாற்றத்தை 'லாம்' உருபு ஏற்பட்ட விதத்திலிருந்தும் அறியலாம் என்பதை முன்னர்க் கண்டோம். 'வரல் ஆகுமே', 'வர லாகுமே', 'வர லாமே' என்னும் பயன்பாட்டின் அடிப்படையில் 'வர லாம்' என்னும் வினையமைப்பு வந்தது என்பதையும் முன்னர்க் கண்டோம். குறிப்பாக, இது முழுவதும் சொல், விகுதிகளின் இடமாற்றப் பயன்பாட்டால் ஏற்பட்டுள்ளது. இதில் எந்தவிதப் பொருள் மாற்றமும் இல்லை எனக் கூறலாம். 'வரலாகும்' என்பதையே இக்காலத் தமிழில் 'வரலாம்' என அறிகிறோம். இம்மாற்றத்தில் 'க' விடுபடு விதியும், சொற்களின் இடமாற்றப் பயன்பாடும் உட்பட்டிருக்கின்றன என்பதை அறிகிறோம். ஆனால் 'கொள்', 'விடு', 'இரு', 'கொண்டிரு' போன்ற அமைப்பில் அடிப்படையில் தமிழில் பொருள் மாற்றங்களை துணைவினை அடிப்படையில் விளக்க வேண்டுவது அவசியம்.

3.7.1. கொள், கொண்டிரு ஆகிய உருபுகள்

சங்ககாலம் வரை 'கொள்' ஒரு தனிச்சொல்லாகவே பெயரோடு பயன்படுத்தப்பட்டு வந்துள்ளது என்பதை அறிவோம்.

பின்னர் இடைக்காலத் தமிழில் இச்சொல் 'கொண்டு', 'கொண்டிரு' ஆகிய துணைவினைகளாக மாறியுள்ளது.

வெறி கொள் வியல் மார்பு வேறு ஆகச் செய்து,
குறி கொளச் செய்தார் யார்? (கலி. 3)

குளிர்கொள் தட்டை மதன்இல புடையாச்
சூரர மகளிரின் நின்ற நீமற்று
யாரையோ? (அகம் 33)

நிலத்தினும் பெரிதே வானினும் உயர்ந்தன்று
நீரினும் ஆரள வின்றே சாரல்
கருங்கோற் குறிஞ்சிப் பூக்கொண்டு
பெருந்தேன் இழைக்கும் நாடனொடு நட்பே. (குறுந். 4)

இவ்வெடுத்துக்காட்டுகளில் 'கொள்', 'கொண்டு' ஆகியன தனிவினையாகவே பெயருக்குப் பக்கத்தில் வருவதைக் காண்கிறோம். ஆனால் இடைக்காலத் தமிழில் இவை தனிவினையாகவும் துணைவினையாகவும் வருவதைப் பின்வரும் எடுத்துக்காட்டுகள் வழி அறியலாம்.

தனி வினை:
கோவை மணாட்டி. நீயுன்
கொழுங்கனி கொண்டுஎம்மை (திவ்யப். – ஆண்டாள் 599)

துணைவினை:
இருங்கைமதகளிறு ஈர்க்கின்றவனை
பருங்கிப்பறித்துக்கொண்டு ஓடுபரமன்தன்
நெருங்குபவளமும் நேர்நாணும்முத்தும்
மருங்கும்இருந்தவாகாணீரே
வாணுதலீர். வந்துகாணீரே. (திவ்யப். – பெரியாழ்வார் 29)

உண்ணுங்கால் நோக்கும் திசைகிழக்குக் கண்ணமர்ந்து
தூங்கான் துளங்காமை நன்குஇரீஇ யாண்டும்
பிறிதியாதும் நோக்கான் உரையான் தொழுதுகொண்டு
உண்க உகாஅமை நன்கு.
(ஆசாரக். – பெருவாய்முள்ளியார் 20)

நுண்பொரு ளாய்ந்து கொண்டு (தேவா. அப்பர் 4.40.2)

'தொழுதுகொண்டு', 'ஆய்ந்துகொண்டு' போன்ற பயன்பாடுகள் வழி இடைக்காலத் தமிழில் 'கொண்டு' என்பது துணைவினையாகவும் பயன்பாட்டுக்கு வந்துள்ளமையை அறிகிறோம். இருப்பினும் சங்கத் தமிழில் ஒரு சில இடங்களில் மட்டும் துணைவினைப் பயன்பாடு வந்துள்ளமை வழி இம்மாற்றம் சங்ககாலத்திலேயே தொடங்கியிருக்க வேண்டும் என ஊகிக்க வேண்டியிருக்கிறது. ஆனால் அது பரவலாக இல்லை என்பதையும் அறிய வேண்டும்.

இருங்கழை இறும்பின் ஆய்ந்துகொண்டு அறுத்த
நுணங்குகட் சிறுகோல் வணங்குஇறை மகளிரொடு (அகம். 98)

முயங்குதொறும் முயங்குதொறும் உயங்க முகந்துகொண்டு
அடக்குவம் மன்னோ – தோழி (அகம் 328)

கமஞ்சூற் பெருநிறை தயங்க முகந்துகொண்டு
ஆய்மடக் கண்ணள் தாய்முகம் நோக்கி... (அகம் 383)

'ஆய்ந்துகொண்டு', 'முகந்துகொண்டு' என ஒரு சில வினைகளில் இம்மாற்றம் தொடங்கி மற்ற வினைகளுக்கும் பரவி இக்காலத் தமிழில் முழுமை பெற்றிருக்க வேண்டும் என்றே யூகிக்க வேண்டியிருக்கிறது. இருப்பினும் இதற்கான காரணம் என்ன என்பதை அறிந்துகொள்வது இயலாததாகும். குறிப்பாக இக்காலத் தமிழில் 'பெயர் + கொண்டு' என்னும் அமைப்பு முற்றிலுமாக வழக்கிழந்துள்ளமை குறிப்பிடத்தக்கது. சங்ககாலத்திலும் இடைக்காலத்திலும் 'பெயர் + கொண்டு' மிகவும் அதிகமாகவும், 'வினை + கொண்டு' என்னும் அமைப்பு குறைவான எண்ணிக்கையிலும் வந்திருப்பதிலிருந்து இத்தகைய மாற்றங்கள் வரலாற்று நோக்கில் ஒருவகை அமைப்பை வழக்கிழக்க வைக்கிறது என்பதையே தெரிந்துகொள்ள வேண்டும். ஒலியன் மாற்றங்களைப் பற்றி விளக்கும் ஜெஃப்பர்ஸ், லெஹிஸ்டெ மொழியில் ஒரு மாற்றம் ஏற்பட்டால் அது மொழியின் அமைப்பை மாற்றியமைத்துக்கொள்ள வழிவகுக்கும் என்கின்றார்கள் (காண்க: *Jeffers and Lehiste 1980: 27)*[1]. இக்கருத்து ஒலியன் மாற்றங்களுக்கு மட்டுமல்லாமல் உருபு மாற்றங்கள், தொடரியல் மாற்றங்கள் அனைத்துக்கும் பொருந்தும் என்றே கொள்ள வேண்டும். 'கொள்' என்னும் துணைவினை புதியதாக, தமிழ் மொழியில் அறிமுகப்படுத்தி முழுமைப் பெற்றவுடன் இதன் தனிவினைப் பயன்பாடு வழக்கிழந்து தமிழ் மொழியில் 'கொள்', 'கொண்டிரு' ஆகிய துணைவினைகளைக்கொண்ட புதிய அமைப்பு பரவலாக்கப்பட்டிருக்கிறது. இடைக்காலத்தில் 'கொண்டு இரு' என்னும் இரு வினையும் 'கொள்' என்னும் வினையைப் போலவே பெயருக்குப் பக்கத்தில் வரும் இடங்களைப் பார்க்கிறோம்.

கருத்தினால் நின்றன் பாதங்
கொண்டிருந் தாடிப் பாடிக்
படங்கொண்டதோர் பாம்பரை யார்த்த பரமன்
இடங்கொண்டிருந் தான்றன் இடமரு தீதோ (தேவா. 1.32.2)

---

1. "...The sound system of a language is restructured when the system of phonological contrasts is altered in such a way that old contrasts are lost, new ones are introduced, or when the elements of the system are simply realigned." (p. 27)

இங்கு 'பாதம்', 'இடம்' ஆகிய பெயர்களுக்குப் பக்கத்தில் 'கொண்டிரு' என்பது வருவது அறியத்தக்கது. இறைவனின் பாதத்தைக் கருத்தினில் கொண்டிருந்து என்னும் பொருளையும் பாம்பின் மேல் இடத்தைக்கொண்டு இருந்தான் என்னும் பொருளையும் இங்குக் காண்கிறோம். 'கொண்டு' 'இரு' ஆகிய வினைகளின் இணைப்பு முதலில் இது போன்ற இடங்களில் தொடங்கியது என ஊகிக்கலாம். பின்னர்ப் பரவலாக இது வினையெச்சத்துக்குப் பக்கத்திலும் வரத் தொடங்கியது.

பெயர்+கொண்டிரு:

கண்டிருந் தாருயிர் உண்டிடுங் காலனைக்
கொண்டிருந் தாருயிர் கொள்ளும் குணத்தனை
நன்றுணர்ந் தார்க்கருள் செய்திடு நாதனைச்
சென்றுணர்ந் தார்சிலர் தேவரு மாமே (திருமந். 502)

வினையெச்சம்+கொண்டிரு:

கூடுகட்டி முட்டையிட்டுக் கொண்டிருந்த வாறுபோல்
ஆடிரண்டு கன்றைஈன்ற அம்பலத்துள் ஆடுதே;
மாடுகொண்டு வெண்ணெய்உண்ணும் மானிடப் பசுக்களே!
வீடுகண்டு கொண்டபின்பு வெட்டவெளியும் காணுமே
(சிவவாக். 493)

'கொண்டு', 'இரு' ஆகிய வினைகளின் இணைப்பில் 'கொண்டிரு' என்னும் தொடர்ச்சியைக் காட்டும் துணைவினை வரலாற்றுநோக்கில் வளர்ந்த விதத்தை 'இரு' என்னும் வினையின் கீழ்க்கண்ட பயன்பாட்டிலிருந்து அறியலாம்.

பேசி யிருந்து பிதற்றி மகிழ்வெய்தி (திருமந். 304.2)

ஆறி யிருந்த அமுத பயோதரி
மாறி யிருந்த வழியறி வாரில்லை
தேறி யிருந்துநல் தீபட்டு ஒளியுடன்
ஊறி யிருந்தநல் உள்ளுடை யார்க்கே (திருமந். 1139)

இப்பயன்பாடுகளில், 'பேசி இருந்து' என்பதும் 'பேசிக்கொண்டிருந்து' என்பதும் ஒரே பொருளைத் தருவதைக் காணலாம். இது போன்றே 'ஆறி இருந்த', 'மாறி இருந்த', 'தேறி இருந்து' 'ஊறி இருந்த' ஆகிய தொடர்களும் தொடர்ச்சிப் பொருளைத் தருகின்றன. இச்சூழலில் 'கொண்டு இரு' எனத் தனிவினையாகப் பயன்படுத்தப்பட்ட பின்வரும் பயன்பாடுகள் ஒன்றுக்கொன்று அன்வயப்படுத்தப்பட்டு 'கொண்டிரு' என்பது துணைவினையாக மாறியிருக்கிறது.

இறைகொண்டு இருந்தன்ன நல்லாரைக் கண்டேன் (கலி. 2.18)

கண்டிருந் தாருயிர் உண்டிடுங் காலனைக்
கொண்டிருந் தாருயிர் கொள்ளும் குணத்தனை

நன்றுணர்ந் தார்க்கருள் செய்திடு நாதனைச்
சென்றுணர்ந் தார்சிலர் தேவரு மாமே (திருமந். 502)

'கொள்', கொண்டிரு என்னும் வினைகள் போலல்லாது, 'விடு', 'இரு' ஆகிய வினைகளின் மாற்றங்கள் இக்காலத் தமிழில்தான் நடந்திருக்க வேண்டும். இவற்றுக்கான முதல் வினையின் எடுத்துக்காட்டுகளே பெரும்பாலும் சங்கத்தமிழிலும் இடைக்காலத் தமிழிலும் அதிகமாகக் காணப்படுகின்றனவே தவிர இவற்றின் துணைவினைக்கான எடுத்துக்காட்டுகள் இருப்பதாகத் தெரியவில்லை. 'இடு' என்னும் கீழ்க்கண்ட எடுத்துக்காட்டுகள் சங்கத் தமிழிலும் இடைக்காலத் தமிழிலும் பரவலாகக் காணப்படுகின்றன. ஆனால் இவற்றுக்கும் 'விடு' என்னும் துணைவினைக்கும் இடையே ஏதாவது தொடர்பும் இருக்குமா என்பதை வரலாற்று அடிப்படையில் உறுதிப்படுத்த இயலாது. ஏனெனில் 'இடு' என்னும் இதுபோன்ற அமைப்புகள் இக்காலத் தமிழில் வழக்கிழந்துள்ளன.

ஒவ்வாத மன்றுள் ஆடிடும் (திருமந். 130)

விலங்கிடு பெருமரம் போல (புறம். 278)

'ஆடிடு', 'விலங்கிடு' ஆகிய பயன்பாடுகள் 'ஆடுகின்ற', 'விலங்குகின்ற' என்னும் நிகழ்காலப் பொருளைத்தான் தருகின்றனவே தவிர இவற்றை 'ஆடிவிட்டான்' என்றோ 'விலங்கி விட்டது' என்றோ அறிய இயலாது என்பது குறிப்பிடத்தக்கது.

3.7.2. குறிப்பு வினைகளும் அவற்றின் வரலாற்று மாற்றங்களும்

Caldwell (1961, p. 477) appellative verbs என்னும் வினையமைப்பைச் சுட்டிக்காட்டுகிறார். தொல்காப்பியர் இவ்வகை வினை களை 'குறிப்பு வினை' என்று கூறுகிறார். தொல்காப்பியர் மனிதப்பண்புள்ளவை, விலங்கினப் பண்புகொண்ட இரண்டு வகை குறிப்புவினைகளைச் சுட்டிக்காட்டுகிறார். 'புறத்தனன்', 'நிலத்தனன்', 'அல்லன்', 'இலன்', 'இலள்', 'உளள்', 'உளர்', 'நல்லன்', 'தீயன்' ஆகியவற்றை முதல்வகையிலும், 'உடைத்து', 'நல்லது', 'இன்று' போன்றவற்றை இரண்டாவது வகையிலும் அடக்கலாம். தமிழ் மொழியின் வரலாற்றின் அடிப்படையில் இவற்றின் பயன்பாடு மிகவும் குறிப்பிடத்தக்க ஒன்று. ஏனெனில் இவை இடைக்காலத்தமிழிலும் சங்கத் தமிழிலுந்தான் பரவலாகக் காணப்படுகின்றன. 'நல்லது', 'உள்ளது' போன்ற ஒரு சில அமைப்புகளைத் தவிர இக்காலத் தமிழில் இவை பரவலாகப் பயன்படாமல் வழக்கிழந்ததற்கான காரணம் புலப்பட வில்லை. இவற்றுக்கு ஈடாக இக்காலத் தமிழில் பெயரெச்சப் பெயர்களாக 'வந்தவர்கள்', 'படித்தவர்கள்' போன்றவையும்,

பெயரடைப் பெயர்களாக 'உடையவர்கள்', 'நல்லவர்கள்' போன்றவையும் பயன்பட்டுவருவது குறிப்பிடத்தக்கது.

தீயினும் வெய்யன் புனலினும் தண்ணியன்
ஆயினும் ஈசன் அருளறி வாரில்லை
சேயினும் நல்லன் அணியன்நல் அன்பர்க்குத்
தாயினும் நல்லன் தாழ்சடை யோனே. (திருமந். 8)

'வெய்யன்', 'தண்ணியன்', 'நல்லன்' ஆகியவற்றுக்கு ஈடாக இக்காலத் தமிழில் 'வெய்மையானவன்', 'குளிரானவன்', 'நல்லவன்' என்றுதான் வழங்க முடியும் என்பது சுட்டிக்காட்டடத்தக்கது.

3.8. ஒற்று மிகும் இடங்களும் மிகா இடங்களும்

தமிழ் மொழியின் இன்னொரு சிறப்பு ஒற்று மிகும் இடங்களும் ஒற்று மிகா இடங்களும் என்பது பற்றி அறிவது. ஏன் சில இடங்களில் ஒற்று மிகுகின்றன (அந்தப் பையன், அவனைப் பார்த்தேன், வேகமாகப் போனான் போன்றவை. .) ஏன் பல இடங்களில் ஒற்று மிகக் கூடாது (படித்த பையன், நல்ல பையன், அங்கு போனேன் என்பன). என்பது மிகவும் சிக்கலான சூழ்நிலைகள். ஆனால் இவற்றுக்குத் தமிழ் மொழியில் சரியான விளக்கங்கள் இருக்கின்றன என்பதை அறிவதால்தான் சிக்கல்களே. இச்சிக்கல்களை எனது இருவேறு முயற்சிகள் வழித் தெரியப்படுத்த அரங்கநாதன் 2019 வழி முயற்சிக்கப்பட்டது. (காண்க: அரங்கநாதன் 2019, அரங்கநாதன் 2020). ஏன் ஒற்று மிகுகின்றன என்பது ஒரு பக்கம். ஏன் ஒற்று மிகக் கூடாது என்பது மறு பக்கம்; இவ்விரு சூழல்களையும் சரியாகப் புரிந்துகொள்வது மிகவும் முக்கியமானது. இவ்விருச் சூழல்களையும் சரியாக விளக்கும் முன் கார்த்திகேயன் அவர்களின் இது பற்றிய கருத்தை இங்கு விளக்குவோம். கார்த்திகேயன் 2017இல் பல்வேறு இலக்கியவாதிகளுடைய தவறான ஒற்று மிகுந்த பயன்பாடுகளைத் தனது கட்டுரையில் விளக்குகிறார். இங்கு அவரின் கட்டுரையிலிருந்து சில எடுத்துக்காட்டுகள் கொடுக்கப்பட்டிருக்கின்றன.

*ஆடைகளில்ப் படிந்த

*புலிபோல்ப் பின்வாங்கி

...

இப்படிப் பல எடுத்துக்காட்டுகளைக் கார்த்திகேயன் தனது கட்டுரையில் சுட்டிக்காட்டுகிறார் (காண்க: கார்த்திகேயன் 2017, பக். 417). இவ்வகைப் பயன்பாடுகள் எந்தவிதத்திலும் ஏற்கப்படக் கூடாதவை. ஏனெனில் இடையின ஒலிகளில் 'ர', 'ய', 'ழ' வருமொழி வெடிப்பொலியை இரட்டிக்கும் தன்மையன.

ஏனெனில் இவை உயிரொலித்தன்மை கொண்ட மெல்லொலிகளாகும். ஆனால் 'ல்', 'ள்', 'ற்' போன்றவற்றுக்கு உயிரொலித் தன்மையும் இல்லை, அவற்றை மெல்லொலிகள் எனவும் கொள்ள முடியாது. இதனால் தான் 'வேர்ச்சொற்கள்', 'பாய்க்கலம்', 'தமிழ்ப்பாடம்' என 'ர்', 'ய', 'ழ' முன் வெடிப்பொலி இரட்டித்து வரும் சூழல்களைக் காண்கிறோம். அதோடு இவை சொல்லாக்கச் சூழலில் மட்டுமே நிகழும். 'அவர் பார்த்தார்', 'சூழ் குழைந்தது' போன்ற வாக்கிய அமைப்புகளில் இரட்டிக்காது.

3.8.1. ஒற்று ஏன் மிகுகிறது?

ஒற்று மிகும் சூழலைப் பட்டியலிடும் முன் தமிழில் ஒற்று ஏன் மிகுகிறது என்பதற்கான காரணத்தைக் கவனமாக அறிய வேண்டும். முக்கியமாக இரு வேறு தொடர்கள் ஏதாவதொரு காரணத்தால் ஒன்றாக இணையும்போது அங்கு ஒற்று மிகும். இதை ஆங்கிலத்தில் '*government and binding*' (ஆளுமை – கட்டுப்பாடு) என்னும் கருத்தில் சோம்ஸ்கி தனது இலக்கணத்தில் விளக்குகிறார். குறிப்பிட்ட வினை அதன் கட்டுப்பாட்டுக்குள் வரும் தொடர்களை ஆளுமை செய்யும்போது அத்தொடர்கள் அந்த வினையின் தொடருக்குள் கட்டுப்பாட்டுக்குள் வரும். *(Chomsky, 1991)*. இதன் அடிப்படையில்தான் அத்தகைய சூழல்களில் ஒற்று மிகுகின்றன. மாறாக, இருவேறு தொடர்களுக்கிடையே ஆளுமைத் தொடர்பு இல்லையெனில் அங்கு ஒற்று மிகாது. எடுத்துக்காட்டாக 'பார்த்த பையன்', 'கொடுத்த குடை' போன்ற பெயரெச்சத்தொடர்கள் ஒன்றுக்கொன்று ஆளுமைத்தொடர்பு அற்றவை. 'வீட்டைப் பார்த்த' என்பது ஒரு தொடராகவும் 'பையனைக் கேட்டேன்' என்பது இன்னொரு தொடராகவும் ஒன்றுக்கொன்று ஆளுமையின்று வருவது நோக்கத்தக்கது. ஆனால் 'படித்துப் பார்த்தேன்' என்னும் வினையெச்சத்தொடரில் 'படித்து', 'பார்த்தேன்' ஆகிய தொடர்களுக்கிடையே ஆளுமைத்தொடர்பு உள்ளது என்பதை அறிய வேண்டும்.

3.8.1.1. இரு சொற்கள் இணைந்து கூட்டுச்சொல்லை உருவாக்கும் போது இரட்டிப்பு நிகழும்

இருவேறு சொற்கள் இணைந்து ஒரு தனித் தொடராக வரும்போது இரட்டிக்கும்.

தமிழ்ப்பாடம்

வேர்ச்சொல்

கம்பிப்பெட்டி

தமிழ் படித்தான் என்றோ வேர் காய்ந்தது என்றோ கம்பி பிளந்தது என்றோ வருமிடத்தில் இரட்டிக்காது. ஏனெனில்

இவை கூட்டுச்சொல்லை உருவாக்கவில்லை. இவை இருவேறு தொடர்களைக் கொண்டவை.

3.8.1.2 ஒரு சொல்லில் கடைசி எழுத்து விடுபட்டு ஒரு பெயரடையை உருவாக்கினால் அவை ஒற்று மிகும் சூழலை ஏற்படுத்தும்.

இங்கும் ஒரு தனித் தொடர் உருவாகிறது என்பதை மனதில் கொள்ள வேண்டும்.

மரப் பெட்டி

பழச் சாறு

போன்றவற்றை எடுத்துக்காட்டுகளாகக் கூறலாம். 'பல பெட்டிகள்', 'சில கடைகள்' போன்ற எடுத்துக்காட்டுகளில் ஒற்று மிகாது. ஏனெனில் 'பல' மற்றும் 'சில' ஆகிய பெயரடைகள் ஒன்றிலிருந்து மற்றொன்றாக உருவாகவில்லை. 'மரம் > மர', 'பழம் > பழ' ஆகியவற்றில் 'ம்' விடுபட்டு ஒரு வெற்றிடத்தை 'மர' 'பழ' ஆகிய சொற்களில் உருவாக்குகின்றன. அந்த வெற்றிடத்தை நிரப்பவே ஒற்று மிகுகிறது எனலாம்.

3.8.1.3. ஒரு சொல்லின் இடையில் மாற்றங்கள் ஏற்பட்டுப் பெயரடையை உருவாக்கினால் அங்கு ஒற்று மிகும்.

'அது' என்னும் பெயர் 'அந்த' என்னும் பெயரடையாக பெயரில் மாற்றம் ஏற்பட்டு நிகழ்கிறது. இவ்வாறே 'இது > இந்த', 'எது > எந்த' என்னும் சொற்களையும் சுட்டிக்காட்டலாம். இங்கும் கட்டாயமாக ஒற்று மிகும்.

அந்தப் பையன்

இந்தக் கடை

எந்தப் பை

போன்ற எடுத்துக்காட்டுகளைக் கொடுக்கலாம்.

3.8.1.4. வினையோடு உடன்பட்டு வரும் பெயர்த் தொடர்களாகிய 'ஐ', 'கு' வேற்றுமைக்கு முன் ஒற்று மிகுகிறது.

'ஐ','கு' ஆகியன வினைகளின் தொடர்களுக்குட்பட்டவை.

அவனைப் பார்த்தேன்

அவனுக்குக் கொடுத்தேன்

போன்ற தொடர்களில் 'ஐ' மற்றும் 'கு' முன்னால் ஒற்று மிகுகிறது. இதற்குக் காரணம் 'பார்' மற்றும் 'கொடு' ஆகிய வினைகளின் வேற்றுமைத் தொடர்களாகிய 'ஐ' வேற்றுமைத் தொடரும், 'கு' வேற்றுமைத் தொடரும் ஒன்றுக்கொன்று

ஆளுமை–கட்டுப்பாடு என்னும் உறவில் வருவதால் இவை ஒற்று மிகும் சூழலை உருவாக்குகின்றன. இந்த விதியின்படிதான் கூட்டுப்பெயர்கள் மற்றும் மேற்குறிப்பிட்ட பெயரடைத் தொடர்களும் ஒற்று மிகும் சூழலை உருவாக்குன்றன. இடவேற்றுமை, நேர வேற்றுமை, கருவி வேற்றுமை போன்றவை எந்த வினைக்கும் நேரடி ஆளுமை–கட்டுப்பாடு என்னும் உறவில் வராததால் அவை ஒற்று மிகும் சூழலை ஏற்படுத்த வில்லை என்பது குறிப்பிடத்தக்கது. 'அங்கு போனேன்', 'இங்கு கொடுத்தேன்' என்றுதான் எழுதவேண்டுமே தவிர இவற்றில் ஒற்று மிகுந்து எழுதுவது தவறு. இங்கு முறையே 'இங்கு', 'அங்கு' என்பன கால வேற்றுமையாகும். இவை வினைத்தொடரோடு ஒருபோதும் 'ஆளுமை – கட்டுப்பாட்டு' உறவில் வராது. காலவேற்றுமை மற்றும் கருவி வேற்றுமை எல்லா வினைகளோடும் எந்தவிதக் கட்டுப்பாடுமின்றி வரும் தன்மையன.

3.8.1.5 வினையெச்சத் தொடர்கள் அனைத்தும் ஆளுமை – கட்டுப்பாடு உறவில் இருப்பதால் அவை ஒற்று மிகும் சூழலை ஏற்படுத்துகின்றன.

பார்த்துப் படித்தேன்
கேட்டுப் பார்த்தேன்
போய்ப் படி

போன்ற தொடர்களில் முற்று வினையும் வினையெச்சமும் ஒன்றுக்கொன்று ஆளுமை–கட்டுப்பாட்டுத் தொடரில் இருப்பதால் இங்கு ஒற்று மிகும் சூழலை ஏற்படுத்துகின்றன. ஆனால் 'வந்து பார்த்தேன்', 'செய்து பார்த்தேன்' போன்ற இடங்களில் ஒற்று மிகவில்லை. ஏனெனில் 'ந்து' மற்றும் 'து' ஆகிய மெல்லொலி கொண்ட ஒலியன்கள் ஒற்றும் மிகும் இடத்துக்குச் சாதகமான சூழலை ஏற்படுத்தாதால் இங்கு ஒற்று மிகவில்லை.

3.8.1.6. 'ஆக', 'ஆய்' என்னும் வினையடைகளும் ஒற்று மிகும் சூழலை ஏற்படுத்துகின்றன

வேகமாகப் பேசினான்
சிகப்பாய்ப் பழுத்தது

போன்ற எடுத்துக்காட்டுகளிலும் 'வினை' மற்றும் வினையடை ஆகியனவற்றினிடையே 'ஆளுமை – கட்டுப்பாடு' உறவு இருக்கிறது என்றே கொள்ள வேண்டும்.

3.8.2. 'த்' இறந்தகால விகுதியும் ஏழு வினைவகைகளும்

தமிழில் ஏழு வகை வினைகளைக் கொடுப்பார்கள் (காண்க: *Arden 1942*). 'த', 'ந்த்', 'இன்', 'ட்ட்/ற்ற்', 'ன்ற்', 'த்த்', 'ந்த்' என்பன இந்த

ஏழு வகை வினைகளின் இறந்தகால உருபுகள். ஒன்று முதல் நான்கு வரை வகைப்படுத்தப்படும் வினைகளை மெல்வினை என்றும் ஐந்தாம் வகையை இடை நிலை வினை என்றும் ஆறு, ஏழாம் வகை வினைகளை வல்வினை என்றும் அறிகிறோம். ஆனால் வினை வகை ஒன்று மற்றும் ஐந்து தவிர ஏனைய வினைகளுக்கு இறந்தகால விகுதி தனியாக இணைக்கப்பட்டு எந்தவித ஒலியன் மாற்றமும் ஏற்படாதது குறிப்பிடத்தக்கது.

1. செய்/அழு/... + த்

2. உட்கார்/தெரி/புரி/... + ந்த்

3. பேசு/ஓடு/... + இன்

4. போடு/பெறு/... + ட்ட்/ற்ற்

5. நில்/தின்/... + த்

6. படி/கொடு/... + த்த்

7. இரு/பற/... + ந்த்

இதில் குறிப்பாக வினை வகை ஒன்று, வினைவகை ஐந்து ஆகியவற்றை நோக்கும்போது 'த்' என்னும் உருபை இரண்டு வகை வினைகளும் பயன்படுத்துவதை நோக்கலாம்.

வினை வகை ஒன்று:

ஆள் + த் → ஆண் த் > ஆண்ட்– (ஒவி.6 & ஒவி.27)

நீள் + த் → நீண் த் > நீண்ட்– (ஒவி.6 & ஒவி.27)

வினை வகை ஐந்து:

நில் + த் → நின் த் > நின்ற்– (ஒவி.4அ & ஒவி.5)

கல் + த் → கற் த் > கற்ற்– (ஒவி.1 & ஒவி.28)

தின் + த் → தின்ற் (ஒவி.5)

கேள் + த் → கேட் த் > கேட்ட்– (ஒவி.8 & ஒவி.8அ)

வில் + த் → விற் த் > விற்ற்– (ஒவி.1 & ஒவி.28)

இவ்வகையில் 'முயல் > முயன்ற்–', 'இயல் › இயன்ற்–', 'உழல் > உழன்ற்–' போன்ற பல வகை 'அல்' என முடியும் வினைகளையும் விளக்க முடியும். 'ன்ற்' என்பது 'ல்+த்' என்பதின் ஒலியன் விதியின் வெளிப்பாடு என்பதை இங்கு அறிய வேண்டும்.

இவ்விரு வகை வினைகளிலும் சுழற்சிமுறையில் 'ள்' 'ண்' ஆகவும், 'ல்' 'ன்' ஆகவும் மாறியிருப்பதைக் காணலாம். 'தின்' 'தின்ற்' என மாறுவதில் சுழற்சி முறை இல்லாமல் நேரடியாக 'ன்த்' > 'ன்ற்' என்னும் கூட்டெழுத்தைக் கொடுத்திருக்கிறது.

ஆக, வினை வகை ஒன்றும், வினை வகை ஐந்தும் 'த' எனும் இறந்தகால விகுதியை எடுத்துப் பல்வேறு ஒலியன் விதிகளின் அடிப்படையில் மாறுகின்றன. இதன்படி வினை வகை ஐந்துக்கும் வினைவகை ஒன்றைப்போல 'த்' விகுதி கொடுத்து வினையில் ஏற்படும் மாற்றங்களை ஒலியன் விதிகள் வழி விளக்க வேண்டும். இவை எடுக்கும் உரி வினையில் *(infinitive form)* 'க' வருவதைக்கொண்டு இவற்றை மெல்வினை எனப் பிரித்தறிதல் இயலாது. 'நிற்க', 'கற்க', 'தின்க', 'கேட்க', 'விற்க' என இவை உரிவினை எடுப்பதால் இவற்றை மெல்வினை என வகைப்படுத்த இயலாது. இடை வினைகள் எனப் பிரித்தலே சரி. மெல்வினைகள் யாவும் 'வர', 'போக', 'செய்ய' என 'அ' மட்டுமே எடுத்து உரிவினையை உருவாக்குகின்றன. வல்வினைகள் 'பார்க்க', 'எடுக்க' என 'க்க' என்னும் விகுதியை எடுக்கின்றன என்பதைக் கவனத்தில் கொள்ள வேண்டும்.

3.9. தமிழ் மொழியின் மூவகை மொழிப் பண்புகள்

இலக்கணப் பண்புகளின் அடிப்படையில் தமிழ் மொழியை மூன்று வகையாக பிரிப்பார்கள். அவை அ) சங்கத் தமிழ்/பழந்தமிழ்/ செம்மொழித் தமிழ் ஆ) இடைக்காலத் தமிழ்/பக்தித் தமிழ் இ) இக்காலத் தமிழ் என்பனவாகும். இம்மூன்று காலகங்களில் உருவாகிய இலக்கியங்களை அடிப்படையில் ஆறு பிரிவாகப் பின்வருமாறு சிதம்பரநாதச் செட்டியார் (1958) பிரிக்கிறார்.

1) சங்க இலக்கியம் – கி.மு. 200 – கி.பி. 200
2) பிற்சங்க இலக்கியம் – கி.பி. 200 – கி.பி. 600
3) இடைக்கால இலக்கியங்கள் (முற்பகுதி) – கி.பி. 600 - கி.பி. 1200
4) இடைக்கால இலக்கியங்கள் (பிற்பகுதி) – கி.பி. 1200 – கி.பி. 1800
5) நவீன இலக்கியங்கள் (முற்பகுதி) – கி.பி. 1800 – கி.பி. 1900
6) நவீன இலக்கியங்கள் (இன்று வரை) - கி.பி. 1900 –

இந்த வகைப்பாட்டைச் சுட்டிக்காட்டும் சுவலபில், கால்டுவெல், வின்சன், சுப்ரமணிய சாஸ்திரி, தாமோதரன் பிள்ளை, சீனிவாச ஐயங்கார், பூரணலிங்கம் பிள்ளை, ஜேசுதாசன், மீனாக்ஷிசுந்தரம், வேலுப்பிள்ளை ஆகியோரது வகைபாடுகளையும் சுட்டிக்காட்டுகிறார். (காண்க: *Zvelebil 1992*, pp. 12 – 15). தமிழ் மொழி வளர்ச்சி என்று பார்க்கும்போது இக்காலகட்டங்களில் எந்த சொல், உருபு, இலக்கணத் தொடர்கள் ஆகியன பரவலாகப் பயன்படுத்தப்பட்டுள்ளன, எவை வழக்கிழந்துள்ளன என்னும்

காலம்	வினை யெச்சம் கொள்	வினை யெச்சம் + விடு	வினை யெச்சம் + இரு	பெயர் + கொள்	பெயர் + விடு	உரிவினை + வேண்டும்	உரிவினை + முடியும்	உரிவினை + லாம்	வினை + கில்
சங்கம்	ஒரு சில	இல்லை	இல்லை	முழுமை பெற்றுள்ளது	முழுமை பெற்றுள்ளது	இல்லை	இல்லை	இல்லை	இல்லை
இடைக் காலம்	ஒரு சில பொருட்களில் வருகிறது	ஒரு சில பொருட்களில் வருகிறது	ஒரு சில பொருட்களில் வருகிறது	முழுமை பெற்றுள்ளது	முழுமை பெற்றுள்ளது	முழுமை பெற்றுள்ளது	இல்லை	இல்லை	முழுமை பெற்றுள்ளது
இக்காலம்	முழுமை பெற்றுள்ளது	முழுமை பெற்றுள்ளது	முழுமை பெற்றுள்ளது	சில	சில	முழுமை பெற்றுள்ளது	முழுமை பெற்றுள்ளது	முழுமை பெற்றுள்ளது	இல்லை

நோக்கோடு பார்க்க வேண்டிய கட்டாயத்தில் இருக்கிறோம். அத்தகைய ஆய்வு எந்த மாற்றம், எப்படி ஏற்பட்டது என்னும் கருத்துகளைப் பெறலாம். இம்முயற்சியின் அடிப்படையில் கீழ்க்கண்ட அட்டவணை தமிழில் வழங்கிவரும் மற்றும் வழங்கி வந்த விகுதிகளை மூன்று கால கட்டங்களில் கொடுக்கிறது[2].

இவ்வட்டவணையிலிருந்து தமிழ் மொழியில் ஏற்பட்ட சில மாற்றங்களை அறிந்துகொள்ள முடிகிறது. குறிப்பாக 'கொள்', 'விடு', 'கொண்டிரு', 'இரு' ஆகிய உருபுகள் இக்காலத் தமிழில் பரவலாகப் பயன்படுத்தப்பட்டுத் தமிழை ஒட்டுநிலை மொழித் தகுதிக்குக் கொண்டுவந்துள்ளது எனலாம். இம்மாற்றம் இடைக்காலத் தமிழில் நிகழ்ந்துள்ளது என்பதும் சங்ககாலத்தில் இவ்வுருபுகள் பெயரோடு மட்டும் வந்துள்ளன என்பது புலப்படுகின்றன. அதோடு 'கில்' என்னும் விகுதி இடைக்காலத்தில் மட்டுமே பயன்பட்டுள்ளமையை அறிகிறோம். இருப்பினும் இது 'ல்'> 'ற்' என்னும் ஒலியன் விகுதிக்குட்பட்டு, 'கிற்' என்னும் நிகழ்கால விகுதியாக இக்காலத் தமிழில் பரவலாகப் பயன்பட்டு வருவதையும் முன்னர்க் கண்டோம். (காண்க: *§2.1*). இவற்றோடு 'முடியும்', 'வேண்டும்', 'லாம்' போன்ற பயன்பாடும் இடைக்காலத்தில் ஒரு சில இடங்களில் மட்டுமே பயன்படுத்தப் பட்டு இக்காலத் தமிழில் பரவலாகப் பயன்படுத்தப்பட்டு வருவது குறிப்பிடத்தக்கது. மேலும் இத்தகைய ஆய்வில் இன்னும் பல விகுதிகளையும் இணைக்கலாம். குறிப்பாக, 'தேற்றுமின்', 'பற்றுமின்', 'உண்ணன்மின்', 'பிரியன்மின்' ஆகிய பயன்பாட்டில் உள்ள 'அன்' 'அன்மின்' ஆகிய விகுதிகள் சங்க காலத்திலும் இடைக்காலத்திலும் பரவலாகப் பயன்படுத்தப்பட்டு இக்காலத் தமிழில் முற்றிலுமாக செயலிழந்துள்ளது என்பதும் ஆய்வுக்குரியது. இத்தோடு வினையில் இணைக்கப்படும் எழுவாய் விகுதியை எழுவாயிலும் இணைத்துப் பயன்படுத்தும் முறையும் சங்க காலத்துக்கும் இடைக்காலத்துக்கும் உரியனவாக இருப்பதையும் காண்கிறோம்.

கவலை கொள் நெஞ்சினேன் (கலி 14)

புல் இனத்து ஆயர் மகனேன் மற்று யான்.
ஒக்கும் மன் (கலி. 23)

உயிர் பகுத்தன்ன மாண்பினேன் ஆகலின் (நற்ற். 129),

தந்திறத்தொ ரன்பிலாவ
றிவிலாத நாயினேன்
எந்திறத்தி லென்கொலெம்பி
ரான்குறிப்பில் வைத்ததே (நாச்சி. 835)

---

2. இவ்வட்டவணை பற்றிய மேலதிக விவரங்களுக்கும் இதன் தொடர்பான தரவுகளுக்கும் காண்க: *Renganathan* (2010).

இவ்வகை எடுத்துக்காட்டுகள் சங்க காலத்திலும் இடைக் காலத்திலும் பயன்பாட்டில் இருந்துள்ளதே தவிர இக்காலத் தமிழில் இப்பயன்பாடு வழக்கிழந்துள்ளமை குறிப்பிடத்தக்கது. இவ்வழக்குப் பரவலாக இடைக்காலக் கல்வெட்டுகளிலும் பரவலாகக் காணப்படுகிறது.

கொயிலு(க்)கு ஆயிரம் காணம் (த)ண்டப்படுவொம் வாணபுரத்தொ(ம்)

(S.I.I. Vol. III, No. 42)
நாழியாலிருநாழிநெய்எரிப்பொமானொம்முலபருடையொம்
S.I.I. Vol. XIV, No. 12

'வாணபுரத்தோம்', 'முலருடையோம்' ஆகிய எழுவாயோடு இணைக்கப்படும் எழுவாய் விகுதி சங்ககாலந்தொட்டு இடைக்காலம் வரை வழக்கிலிருந்தமையை அறிகிறோம். இப்பயன்பாடு எப்படி இக்காலத் தமிழில் மறைந்தது என்பதை வரலாற்று மொழியியல் நோக்கில் அறிவது கடினமான ஒன்றாகும்.

4

மொழிமாற்றத்தின் காரணங்கள்

மொழி மாற்றங்களுக்குப் பல காரணங்களைக் கூறலாம். சங்ககாலத்திலிருந்து இடைக்காலத்துக்கு வரும்போது தமிழ் மொழியின் பயன்பாடு பல விதத்திலும் மாறியது. சைவம், ஜைனம் போன்ற மதங்கள் தமிழகத்தில் பரவத் தொடங்கியவுடன் மொழியின் பயன்பாடும் அகம், புறம், நீதி என்னும் மூவகைப் பயன்பாட்டிலிருந்து இறைப் பண்பு, பக்தி என்னும் பயன்பாட்டுக்கு மாறியது. கருத்துவழி ஏற்பட்ட இம்மாற்றம் மொழியிலும் பல தாக்கங்களை ஏற்படுத்தியது. 'அகப்பண்பு' ஆண், பெண் என்னும் நிலையிலிருந்து 'பக்தர்', 'கடவுள்' என்னும் நிலைக்கு மாறியது. ஜைனம், சைவம், வைஷ்ணவம் எனவும் திருமந்திரம், சித்தர் பாடல்கள் போன்ற தத்துவப் பாடல்களும் தமிழ்ப் பயன்பாட்டை வெகுவாக மாற்றின. சங்க இலக்கியங்களும் தொல்காப்பிய இலக்கணமும் பக்தி காலத்தில் 'செந்தமிழ்' என்னும் நடையை உறுதிப்படுத்திவிட்டதால் பக்தி இலக்கியங்கள் அனைத்தையும் சரியான இலக்கியக் கோட்பாட்டோடு எழுதும் முயற்சி தொடர்ந்தது. பாடலில் சந்தம், இலக்கணம் சரியாக இருக்க வேண்டும் என்பதால் சொற்களைப் பல்வேறு வகையில் பிரித்துக் கையாளும் முயற்சி சங்ககாலத்தி லிருந்து பத்தொன்பதாவது நூற்றாண்டு வரை கையாளப்பட்டுவந்தது. இந்தக் குறிப்பிட்ட உத்தி

தமிழ் மொழியில் பல உருபுகளை உருவாக்க வழிகோலியது; பல உருபுகளை வழக்கிழக்க வைத்தது; புதிய இலக்கணம் உருவாகவும் வழிவகுத்தது எனலாம். முன்னர்ப் பல்வேறு நிலையில் இந்நூலில் விளக்கியது போல் தமிழ் மொழியின் மாற்றங் களுக்கு ஒலியன் விகுதிகளின் பங்கும் இலக்கண உருவாக்கத்தின் பங்கும் மொழி மாற்றத்துக்கு முக்கிய காரணங்களாக விளங்கின. சொல் நிலை மொழியிலிருந்து ஒட்டு நிலை மொழி உருவாகவும், தனி வழக்கிலிருந்து இரட்டை வழக்கு மொழியாகத் தமிழ் உருவாவதற்கும் இடைக்காலத் தமிழ்ப் பயன்பாடே காரணம் எனலாம்.

ஒரு மொழி மாறுவதற்குப் பல காரணங்களைக் கொடுக்க முடியும் என்றாலும் பெரும்பாலும் மாற்றம் என்பது ஒலியன் விதிகளின் வழிதான் நடக்கிறது. இலக்கிய வழக்குச் சொற்களில் பலவகை ஒலியன் விதிகள் இயல்பாக நடந்து பேச்சு வழக்குச் சொற்களை ஏற்படுத்தும்போது அத்தகைய சொற்களிடையே பொருள் மயக்கம் ஏற்பட வாய்ப்பிருக்கிறது. ஒரு காலகட்டத்தில் பேச்சு வழக்குச் சொற்களை இலக்கிய வழக்குச் சொல்லாகப் பயன்படுத்த முற்படும்போது இலக்கிய வழக்குச் சொற்கள் வழக்கிழந்து பேச்சு வழக்குச் சொற்களே இலக்கிய வழக்காகவும் பேச்சு வழக்காகவும் மாறிவிட வாய்ப்பிருப்பதால் அது மொழியில் பெரிய மாற்றத்தை ஏற்படுத்தி விடுகிறது. ‘ஆகுவது < ஆவது’, ‘ஆகும் < ஆம்’, ‘ஆகாது < ஆது’ போன்ற வழக்குகளை எடுத்துக்காட்டுகளாகக் கொடுக்கலாம். ‘க’ விடுபடு ஒலியன் விதி வழி நிகழும் இத்தகைய மாற்றங்கள் எந்தவித மொழித்திட்டமிடல் வழியும் நடப்பதில்லை. ஆனால் மொழித்திட்டமிடல், மொழிக்கொள்கைகள் வழியும் மொழியில் மாற்றத்தைக் காணலாம். முன்னதை இயற்கையான மாற்றம் எனவும், பின்னதைச் செயற்கையான மாற்றம் எனவும் அறிதல் வேண்டும். எடுத்துக்காட்டாக, ‘கோப்பு’, ‘பேருந்து’, மகிழ்வுந்து’ போன்ற பல சொற்கள் கலைச்சொல்லாக்கம் எனும் மொழித் திட்டமிடல் வழியாகத் தமிழ் மொழியில் இணைக்கப் பட்டன. இது போன்ற கலைச் சொற்கள் தமிழ் மொழியின் சொல்வளத்தைப் பெருக்குவதோடு மொழிப்பயன்பாட்டில் பெரிய மாற்றத்தையும் ஏற்படுத்துகின்றன.

4.1. செழுமைப்படுத்தலும் எளிமைப்படுத்தலும்

பொதுவாக மொழி ஏன் மாறுகிறது என்னும் வினாவுக்கு விடையளிக்க முற்படும்போது சில மொழியியல் தன்மை களை நோக்க வேண்டியிருக்கிறது. மொழிமாற்றம் என்பது ஒரு குறிப்பிட்ட விதிமுறைகளுக்கு உட்பட்டுதான் ஏற்படுகிறதே தவிர

அவை எந்தவித வரம்பும் இன்றி ஏற்படுகின்றன எனக் கூறலாகாது. இவ்வகையில் இந்நூலில் கொடுக்கப்பட்ட எடுத்துக்காட்டுகள் இவ்வரம்பு முறைகளைப் பற்றி எடுத்தியம்புகிறது. சொற்களில் அன்வயப்படுத்தல், ஒலியன் குறைப்பு, பொருள் மயக்கத்தைத் தவிர்த்தல், ஒரு பொருளுக்குப் பலத் தொடர்கள் எனும் நிலை ஏற்படுதல் போன்ற காரணங்கள் மொழி மாற்றங்கள் ஏற்படக் காரணமாக உள்ளன. மேலே கூறியபடி மொழியில் மயக்க நிலையில் ஒரு சொல்லோ சொற்றடரோ (சொல் + தொடர் > சொல்+றொடர் > சொற்றொடர்) இருக்க வாய்ப்பிருப்பின் அம் மயக்கம் நீங்க ஒரு சொல்லோ சொற்றொடர் அமைப்போ வழக்கிழக்க வாய்ப்பிருக்கிறது. சில நேரங்களில் மொழியில் புதுப்புதுப் பொருள்கள் வர வாய்ப்பிருக்கிறது. "கொள்" என்னும் வினையின் பயன்பாட்டை இடைக்காலத் தமிழில் ஆராய்ந்தால் அது "ஒருவரின் பயன்" என்னும் ஒரே பொருளில்தான் பயன்படுத்தப்பட்டு வந்திருப்பது தெரியும். "பண்புகொள்", 'மனம்கொள்' எனப் பெயரோடு மட்டும் முதலில் 'கொள்வது' என்னும் பொருளில் பயன்பட்டுப் பின்னர் ஒரு செயலைக் கொள்வது என்னும் பொருளுக்கு மற்றம் ஏற்பட்டு "ஆண்டுகொள்" "புரிந்துகொள்" போன்ற பொருளிலேயே பல இடங்களில் இத்துணை வினை பயன்பட்டு வந்திருப்பது தெரியும். ஆனால் இக்காலத்தில் இவ்வினை பல்வேறு புதிய பொருளில் கையாளப்பட்டு வருவது அறிந்ததே! 'தன்னை அடித்துக்கொள்' என்னும் சுயநிலைப் பொருள், 'ஊருக்குப் போகப் பணம் எடுத்துக்கொள்' என்னும் ஆயத்தநிலைப் பொருள், 'குழந்தையைப் பார்த்துகொள்' என்னும் கவனநிலைப் பொருள் ஆகிய பல்வேறு பொருளில் 'கொள்' என்னும் துணைவினை பல மாற்றங்களுக்கு உட்பட்டுள்ளது.

'விடு' என்னும் துணைவினை வழியும் இதை விளக்கலாம். முதலில் 'விடு' வினையாகத்தான் சங்கத் தமிழில் பயன்பட்டு வந்தது. பக்திகாலத்தில் இது துணைவினையாக மாறியபோது 'விலகு' என்னும் பொருளில் மட்டும் பயன்படுத்தப்பட்டது. எடுத்துக்காட்டாக, 'கொடுத்துவிடு' என்பதை ஒன்றைக் கொடுத்து அதை உன்னிடமிருந்து விலக்கிக்கொள் என்னும் பொருளில் கூறலாம். ஆனால் இப்பொழுது, தவறுதலாகக் கொடுத்துவிட்டேன், சரியான நேரத்தில் கொடுத்துவிட்டேன், கண்டிப்பாகக் கொடுத்துவிடுவேன் போன்ற புதிய பொருட்களிலும் இதைப் பயன்படுத்திவருகிறோம். இதையும் மொழியின் செழுமையாக்கம் எனவே கூற வேண்டும்.

மொழியைச் செழுமைப்படுத்தப்படும் வகையில் ஏற்பட்ட இவ்வகை மாற்றங்களோடு மொழியை எளிமைப்படுத்தும்

நோக்கங்களையும் அறியலாம். ஒரு பொருளைக் குறிப்பிட பல சொற்கள் இருந்தால் அவற்றில் ஓரிரு சொற்கள் வழக்கில் நிலைத்து ஏனைய சொற்கள் வழக்கிழந்து போகவும் வாய்ப்புள்ளது. எடுத்துக்காட்டாக, இடைக்காலத் தமிழில் ஒப்பீட்டுச் சொல்லாக பல சொற்கள் பயன்பட்டு வந்துள்ளன. "அன்ன", "அற்று", "ஒத்து", "ஒக்கும்", "போல்", "போன்று", "போல" எனப் பல்வேறு சொற்கள் இடைக்காலத் தமிழில் பயன்படுத்தப்பட்டுள்ளன. இவற்றில் "போல", "மாதிரி" என்னும் இரு சொற்களே இக்காலத் தமிழில் பேச்சு வழக்கில் உள்ளன! மற்றவை வழக்கிழந்துவிட்டன. இதே போல 'முடியும்' என்னும் பொருளுக்கு 'ஒண்ணும்', 'வல்ல', 'இயலும்' எனப் பல சொற்கள் இருந்த நிலையில் இக்காலத் தமிழில் 'முடியும்' என்னும் ஒரு சொல்லே நிலைத்திருப்பது குறிப்பிடத்தக்கது. இவ்வகை மாற்றங்களை மொழியை எளிமைப் படுத்தும் நோக்கில் ஏற்பட்டது எனலாம்.

4.2. சொல்லாக்கமும் மொழிமாற்றமும்

புதிய சொற்களை உருவாக்குவது, மொழியின் வளத்தைப் பெருக்குவது எனக் கொள்ளலாம். புதிய கருத்துகளை எளிதாக விளக்கவும் பல்வேறு பல புதிய மாற்றங்களை வெளிப்படுத்தவும் சொல்லாக்கம் பயன்படும். சொல்லாக்கத்தை இரு வகையில் பிரித்தறியலாம். ஒன்று மொழித்திட்டமிடல் என்னும் சூழலில் புதிய அறிவியற் கருத்துகளை உள்வாங்கிக்கொள்ளவும் வேற்றுமொழிச் சொற்களைத் தமிழ்ப்படுத்தும் முறையில் புதிய சொற்களை ஏற்படுத்துவதும் ஆகும். எடுத்துக்காட்டாக 'கணினி', 'இணையம்' போன்ற சொற்களைப் புதிய அறிவியற் கருத்துக்காக உருவாக்கப்பட்டவை எனலாம். 'வானொலி', 'தொலைக்காட்சிப் பெட்டி' போன்ற சொற்கள் இதற்கு இணையான ஆங்கிலச் சொற்களாகிய 'ரேடியோ', 'டெலிவிசன்' ஆகியவற்றுக்கு இணையாக ஏற்படுத்தப்பட்டவை. இரண்டாவதாக, மொழியிலேயே இயற்கையாகச் சில உத்திகளின் வழிப் புதிய சொற்கள் உருவாக்கப்படலாம். குறிப்பாகப் பெயரடையிலிருந்து பெயரும், வினையும், இரு பெயர்களின், வினைகளின் இணைப்பில் கூட்டுப்பெயரும் உருவாகும் நிலையை அறியலாம். 'நல்' என்னும் வேர்ச்சொல்லிலிருந்து 'நல்ல', 'நல்லது' எனவும், 'நல்+து' > நன்று, 'நல்+தி' > நன்றி போன்ற புதிய சொற்கள் உருவாகின்றன. இம்முறை இயற்கையாக நிகழ்வது என்பது குறிப்பிடத்தக்கது. இம்முறையில் எந்தவித மொழித்திட்டமிடலும் இல்லை என்பதை அறிய வேண்டும். இருப்பினும் முக்கியமாக முதல் வகையில் சொற்களை அறிவியல் காரணமாகவும், வேறு மொழித் தாக்கம் காரணமாகவும் மொழித் திட்டமிடல் முறையில் சொற்களை உருவாக்கும்போது

மொழியில் இயற்கையிலேயே அமைந்திருக்கும் சொல்லாக்க உத்திகளைப் பயன்படுத்த வேண்டும். இல்லையெனில் மொழிப்பயன்பாடு இயற்கையாக அமையாது. இவ்வகையில் மொழி மாற்றத்தின் அடிப்படையில் உருவாக்கம் (creation), மொழி மாற்றம் (translation), மொழி மாற்ற உருவாக்கம் (transcreation) என மூன்று வகை மொழித்திட்டமிடல் முயற்சியைக் காணலாம். 'தொலைக்காட்சி' என்பது 'television' என்பதின் நேரடி மொழி பெயர்ப்பு. ஆனால் 'இணையம்' என்பது 'internet' என்பதின் நேரடிப் புதிய உருவாக்கம் எனலாம். 'வானொலி' என்பதை 'radio' என்பதன் மொழிமாற்ற உருவாக்கம் எனலாம். கருத்தடிப்படையில் இவ்விரு சொற்களும் இயைந்து போகின்றன. ஆனால் சொல் உருவாக்க நிலையில் இதை புதுச் சொல் என்றே கொள்ள வேண்டும். இவ்வகையில் 'மொழிபெயர்ப்பு', 'உருவாக்கம்', 'மொழிபெயர்ப்புருவாக்கம்' என்பதையும் நாம் சொல்லுருவாக்கச் சூழலில் மனதில் கொள்ள வேண்டும்.

4.2.1 பெயரடையிலிருந்து பெயர்

பெயரடையிலிருந்து பெயரை உருவாக்கும் விகுதிகளாக 'அன்', 'து', 'தி', 'மை' போன்ற விகுதிகளைக் கூறலாம்.

நல் + அ + அன் > நல்லவன்

நல் + து > நல்லது

நல் + தி > நன்தி > நன்றி

வெல் + தி > வெற்தி > வெற்றி

செழு/முழு/வலி + மை > செழுமை/முழுமை/வலிமை

நல்+மை > நன்மை

சிறு + மை > சிறுமை

சிறு + அர் > சிறியர்

இவற்றோடு பெயரடைப் பெயராகவும் தனிப்பெயராகவும் 'தண்கடல்', 'தண்ணீர்', 'வெண்ணீர்', 'வெண்ணிலவு', 'தீம்புனல்', 'தண்பெயல்' போன்றன பயன்பாட்டில் இருப்பதும் குறிப்பிடத்தக்கது.

4.2.2. வினையிலிருந்து பெயர்

வினையிலிருந்து பெயரை உருவாக்கும் விகுதிகளாக 'வு', 'ப்பு', 'க்கு', 'ச்சி',' அம்' போன்ற விகுதிகளைக் குறிப்பிடலாம்.

அறி + வு > அறிவு

குறி + ப்பு > குறிப்பு

போ + க்கு > போக்கு
வீழ் + ச்சி > வீழ்ச்சி
எண் + அம் > எண்ணம்
சுற்று + அம் > சுற்றம்

இவற்றோடு இறுதி வெடிப்பொலிகளின் இரட்டிப்பாலும் பெயர்கள் உருவாக்கப்படுகின்றன.

எழுது > எழுத்து
முழுகு > முழுக்கு

4.2.3. பெயரோடு வினையை இணைத்து வினையை உருவாக்கல்

ஒளி + விடு > ஒளிவிடு
இரக்கம் + கொள் > இரக்கம்கொள்
கை + மாறு > கைம்மாறு

4.2.4. பெயரடையோடு பெயரை இணைத்துப் புதிய சொல்லை உருவாக்கல்

இன் + சொல் > இன்சொல்
இன்னா + சொல் > இன்னாச்சொல்
இன் + இசை > இன்னிசை
நல் + பயன் > நற்பயன்

4.2.5. வேற்றுமை விகுதியோடு பெயரை இணைத்துப் புதிய சொல்லை உருவாக்கல்

பின்னொட்டு வேற்றுமை விகுதிகளாகிய பின், முன், வெளி, உள் போன்றவை பெயரோடு இணைந்து புதிய பெயரை உருவாக்கும் நிலையை இடைக்காலத் தமிழில் அதிகமாகக் காண முடிகிறது. (காண்க: 3.2). "வெளிசெய்", "உள்ளாறு", "வெளியுறு", "உள்ளிடு", "உள்நோக்கு" போன்று வினையோடு இணைத்துப் புதிய வினைகளையும், 'வெளியேற்றம்', 'உள்நோக்கு', 'வெளிப்பாடு' போன்ற பெயரையும் உருவாக்குதலைப் பெரும்பாலும் இடைக்காலத் தமிழில் காண முடிகிறது. இக்காலத் தமிழில் பெரும்பாலும் இவ்வகைப் பெயர்களைத்தான் காண முடிகிறது.

உடன் + பாடு > உடன்பாடு
உடன் + பிறப்பு > உடன்பிறப்பு
உள் + நோக்கம் > உள்நோக்கம்
வெளி + ஆக்கம் > வெளியாக்கம்

பின் + நோக்கு > பின்னோக்கு

முன் + நோக்கு > முன்னோக்கு

4.3. மொழிமாற்றத்தின் வகைகள்

சொற்கள் விகுதியாகி புதுப்புது தொடர்களை ஏற்படுத்த வழிகோலுவதும் சொற்கள் இணைந்து கூட்டுச்சொற்களை ஏற்படுத்தி சொல்வளத்தைப் பெருக்குவதும் குறிப்பிட்ட ஒரு பொருளில் பயன்படுத்தப்பட்ட சொற்கள் பல பொருளில் பயன்படும் சூழல் ஏற்படுவதும் மொழி மாற்றத்தின் வகைகளில் சில எனலாம். இவ்வகையில் பின்வரும் சூழல்களை மொழி மாற்றத்தின் வகைகள் எனும் அடிப்படையில் விளக்கலாம்.

4.3.1. சொற்கள் விகுதியாகின்றன.

இக்காலத் தமிழில் சரளமாகப் பயன்படும் கொள், விடு, கொண்டிரு, இரு, பற்றி, முடியும், வேண்டும் ஆகிய விகுதிகள் அனைத்தும் சங்கத் தமிழில் தனி வினையாகவே பயன் படுத்தப்பட்டு வந்தன. இக்காலத் தமிழில் இவை தனிவினை யாகவும் உருபாகவும் பயன்பட்டு வருவது தமிழில் பெரிய மாற்றத்தைக் கண்டது எனலாம். மொழியின் பயன்பாட்டைச் செழுமைப்படுத்தும் வகையில் இம்மாற்றம் ஏற்பட்டது எனலாம்.

4.3.2. பல்வேறு ஒலியன் விதிகளால் புதிய விகுதிகள் உருவாகின்றன.

ஆகும் > ஆம், ஆகாது > ஆது, அலாகும் > லாம், அஃது > அது போன்ற ஒலியன் விதி மாற்றங்களால் புதிய விகுதிகள் உருவாகின என்பதை முன்னரே கண்டோம். ஒலியன் விதிகள் இலக்கிய வழக்கிலிருந்து பேச்சு வழக்கையும், செம்மொழி வழக்கிலிருந்து இலக்கிய வழக்கையும் உருவாக்குகின்றன என்பதையும் கண்டோம். இம்மாற்றங்களிடையே இலக்கிய வழக்குச் சொற்கள் பேச்சு வழக்குச் சொற்கள் என்ற மயக்கம் காரணமாகப் புதிய சொற்கள் உருவாகும் நிலையைக் காண்கிறோம். 'கொண்டுவா' என்னும் கூட்டுச்சொல் 'கொண்டா' எனத் தனிவினையாக மாறி 'கொண்டாந்தேன்', 'கொண்டாரலெ' எனத் தனியாக இயங்குவதைக் காண்கிறோம். இவ்வகை மாற்றம் ஒலியன் விதியின் காரணமாகத்தான் எனக் கொள்ள வேண்டும்.

4.3.3. ஒரு பொருள் கொண்ட பல சொற்கள் ஏற்படுகின்றன.

முடியும், இயலும், ஒல்லும், ஒண்ணும் போன்ற சொற்கள் இடைக்காலத் தமிழில் பரவலாகப் பயன்படுத்தப்பட்டு வந்து பின்னர் 'முடியும்' என்னும் ஒரு சொல்லே பரவலாக

இக்காலத் தமிழில் பயன்படுத்தப்பட்டு வருவது நோக்கத்தக்கது. 'ஆடவல்லான்', 'ஒல்லும் வகையான் அறவினை ஓவாதே' போன்ற குறிப்பிட்டச் சூழலில்தான் மற்ற சொற்கள் இக்காலத் தமிழில் பயன்பாட்டில் இருக்கின்றன.

4.3.4. விகுதிகள் பல வழக்கிழந்து புதிய விகுதிகள் ஏற்படுகின்றன.

அல் எனும் உரி உருபு சொல்லல், வரல் என்னும் பயன்பாட்டில் இடைக்காலத் தமிழில் பரவலாகப் பயன்பட்டு வந்துள்ளது. ஆனால் இவ்வமைப்பு இப்பொழுது வழக்கிழந்து அ என்னும் விகுதி சொல்ல, வர, பார்க்க போன்ற பயன்பாட்டின் வழிப் புதிய உருபு உருவாகியிருக்கிறது. காண்மின், காணன்மின் என்னும் சொற்களில் பயன்படும் 'மின்', 'அன்மின்' போன்ற கட்டளை உருபுகள் இடைக்காலத்திலும் சங்கத் தமிழிலும் பரவலாகப் பயன்பட்டுவந்து, இக்காலத் தமிழில் முற்றிலும் வழக்கிழந்து 'உங்கள்', 'ஆதீர்கள்' என்னும் விகுதிகள் வழிக் கட்டளை வினைகளாகப் பயன்பட்டு வருவது குறிப்பிடத் தக்கது.

இவ்வகை மாற்றங்களின் அடிப்படையில் *Arllotto (1972: 176)* பின்வரும் கருத்துகளை அடிப்படை வகைகளாக முன்வைக்கிறார்.

1) விரிவாக்கம் *(extension)*
2) குறிப்புரைப்படுத்தல் *(narrowing)*
3) உருவக வகைப் பயன்பாடு *(figurative use)*
4) பழந்தமிழ்ப் பயன்பாடு *(subreption)*

4.3.4.1. விரிவாக்கம் என்பதற்கு 'ஆய்' என்னும் சொல்லை எடுத்துக்காட்டாகக் கூறலாம். இச்சொல் சங்ககாலத்தில் 'பெண்' (ஆய்த்தி) என்னும் பொருளில் முதலில் பயன்பட்டுப் பின்னர்த் தாய் என்னும் பொருளைக் கொண்டு (யாயும் ஞாயும் யாராகியரோ), இக்காலத்தில் 'பாட்டி' என்னும் பொருளில் வழங்கப்படுகிறது. குறிப்பாக 'ஆய்' என்னும் பெயர் 'தாய்' என மாறி 'அம்மா' என்னும் பொருளிலும், சில வட்டார வழக்கில் 'பெண்' என்னும் பொருளிலும் (எ.டு. என்ன ஆயி எப்படி இருக்க?), 'பாட்டி' எனவும் அனத்துப் பொருளிலும் வழங்கி வருகிறது. இவ்வகையில் இச்சொல்லின் பயன்பாடு விரிவாக்கப்படுத்தப்பட்டுள்ளது.

4.3.4.2. குறிப்புரைப்படுத்தல் என்பதற்கு எடுத்துக்காட்டாக 'தண்ணீர்' என்னும் சொல்லைக் கூறலாம். 'தண்+ நீர்' (வெம் + நீர் > வெண்ணீர்) எனக் குளிரான நீரைக் குறிக்கப் பயன்பட்ட

இச்சொல் இக்காலத் தமிழில் 'நீர்' என்னும் சொல்லுக்கு இணையாக குறிப்பாகப் பயன்படுத்தப்பட்டுவருகிறது. இந்த வகையில் 'சுடு தண்ணீர்' என்பதில் ஒன்றுக்கொன்று முரண்பட்ட நிலை ஏற்படுவதைக் காண்கிறோம். – 'சுடுகின்ற குளிர்ந்த நீர்'.

4.3.4.3. உருவகவகைப் பயன்பாடு என்பதற்குப் பல எடுத்துக்காட்டுகளைக் கூறலாம். ஒன்றை மற்றொன்றாக உருவகப்படுத்தும்போது புதிய சொற்கள் ஏற்படுவதைக் காணலாம். குழந்தைகளை 'கண்ணு', 'தங்கம்', 'தங்கக்கட்டி' என உருவகப்படுத்துவதை சாதாரணமாகக் காணலாம். இவ்வகையில் 'என் இளஞ்சிங்கம் தேர்வில் முதல் மதிப்பெண் வாங்கிவிட்டான்' என்னும் வழக்கில் 'இளஞ்சிங்கம்' என்னும் உருவகப் பெயர் 'மகன்' என்னும் சொல்லுக்கு இணையாகப் பயன்பட்டு வருவதைக் காண்கிறோம்.

4.3.4.4 பழந்தமிழ்ப் பயன்பாடு என்பது மொழியில் சில சொற்கள் புதிய சொற்கள் வழி வழக்கிழக்கலாம். ஆனால் அவற்றின் இலக்கணக்கூறுகள் வழி அவை இன்னமும் பயன்பாட்டில் இருக்கலாம். இவ்வகையில் இருவேறு அமைப்புகளைக்கொண்ட மொழிமாற்றத்தைக் காணலாம். எடுத்துக்காட்டாக 'காண்' என்ற சொல் இக்காலத் தமிழில் பேச்சு வழக்கில் வழக்கிழந்துவிட்டது. இலக்கிய வழக்கிலும் செந்தமிழ் வழக்கிலும் இது தொடர்ந்து பயன்பட்டு வருகிறது. பேச்சு வழக்கில் இதற்கு இணையாகப் 'பார்' என்னும் சொல்லையே பயன்படுத்துகிறோம். ஆனால் 'காணாமல்', 'கண்டுகொள்ளாமல்', 'கண்டபடி' போன்ற சொற்களின் வழி நாம் இன்றும் 'காண்' என்னும் பழந்தமிழ்ச் சொல்லின் இலக்கண வடிவத்தையே பரவலாகப் பயன்படுத்துகிறோம். 'கதை' என்பது பழந்தமிழில் 'சொல்' என்னும் பொருளில் பயன்படுத்தப்பட்டு வந்தது. ஆனால் இது இக்காலத்தமிழில் 'கதைப் புத்தகம்' என்னும் பொருளில் பெயராகப் பயன்படுத்திவருகிறோம். இலங்கைத் தமிழில் இச்சொல்லை இன்னமும் 'சொல்' என்னும் பொருளிலும் 'உரையாடு' என்னும் பொருளிலும் பயன்படுத்திவருகிறார்கள். இருப்பினும் 'கதைகட்டு', 'கதையடி' போன்ற பயன்பாட்டில் இச்சொல்லைப் பழந்தமிழின் 'சொல்', 'பேசு', 'உரையாடு' என்னும் வேர்ச்சொல்லின் பொருளிலேயே பயன்படுத்துகிறோம். இது போன்ற மாற்றாங்களைத் தொடர்களிலும் காண்கிறோம். 'என்' என்னும் வினை தனிவினையிலிருந்து துணைவினையாக மாறியபோது 'என்றுகொண்டிருந்தேன்', 'என்றுவிட்டேன்', 'என்றுகொள்' போன்ற பயன்பாடுகள் தமிழின் இலக்கிய வழக்கில் வழக்கிழந்துவிட்டன. ஆனால் இவை பேச்சு வழக்கில்

இன்னமும் பயன்படுத்தப்பட்டு வருகின்றன. 'வாங்கண்ணு ஒரு வார்த்தைக்குச் சொன்னா வறேண்ணுட்டீங்களே', 'என்ன? மாடு கீடுண்ணுக்கிட்டிருக்கே?', 'போறப்போ பொயிட்டுவறேண்ணுக்கோங்க' போன்ற பேச்சுத் தமிழ் வழக்கை நோக்கும்போது 'என்' என்னும் வினை முதல் வினையாகவே பயன்பாட்டில் வருவது தெரியும். ஆனால் இவற்றை இலக்கியத் தமிழில் எழுதுவது இயலாது.

இந்த நான்கு வகை மாற்றங்களையும் நன்கு அறிய நாம் சங்க இலக்கியங்களின் சொற்கள், அவற்றின் பயன்பாடுகளைப் பற்றி நன்றாக அறிய வேண்டும். இலக்கணத்திலும் விரிவுரை யாக்கம் நிகழலாம். விரிவுரையாக்கம் என்னும் கருத்துப்படி நாம் 'கொள்' என்னும் உருபின் பயனைப் பார்க்கலாம். முதலில் சங்ககாலத்தில் இந்த வினை ஒரு பெயரோடுதான் பயன்படுத்தப்பட்டு வந்திருக்கிறது. 'பயன் கொள்', 'அறிவு கொள்' எனப் பயன்படுத்தப்பட்டுப் பின்னர் பக்திக் காலத்தில் இது வினைகளோடு இணைக்கப்பட்டது. 'அறிந்துகொள்', 'தெரிந்துகொள்' எனப் பயன்பாட்டுக்கு வந்தபிறகு 'கொள்' என்பது ஒரு விகுதியாகப் பயன்பாட்டுக்கு வந்திருக்கிறது. "கொள்" என்னும் ஒரு வினை ஒரு விகுதியாக மாறியிருக்கும் நிலை பக்திக் காலத்தில் நிகழ்ந்திருக்கிறது என்றால் அது ஏன் ஏற்பட்டது என்ற கேள்வி எழுகிறது. "கொள்" மட்டுமல்ல. "விடு", "இரு", "கொண்டிரு" ஆகிய பயன்பாட்டையும் நாம் மிகவும் கவனமாக ஆய்ந்தறியும் நிலையில் உள்ளோம். ஒரு வினை ஒரு விகுதியாக மாறும் நிலையை நாம் கவனமாகக் கருத்தில் கொள்ள வேண்டும். இதைத்தான் இலக்கண உருவாக்கம் (grammaticalization) என்று கூறுகிறார்கள் ஆங்கில மொழியியலாளர்கள். (காண்க: Hopper, J. Paul and Elizabeth Closs Traugott. 1993). தமிழ் மொழியில் எப்பொழுது ஒரு சொல் உருபாக ஆனது என்னும் கருத்தின் அடிப்படையில் பல சொற்களை ஆய்ந்தறியவேண்டியது தேவையாகிறது. 'கொள்', 'விடு', 'இரு' என இவை வினையிலிருந்து உருபாக ஆகியிருக்கின்றன. இந்த மாற்றத்தால்தான் நாம் இன்று தமிழ் மொழியை ஒரு ஒட்டு மொழி (agglutinative language) என்று தொடர்ந்து சொல்லி வருகிறோம். இந்த மாற்றங்களை விரிவாக்கம் எனக் கூறலாம். ஒரு வினை விகுதியாக மாறுவது என்பதை விரிவாக்கம் (extension) என்ற கருத்தின் அடிப்படையில்தான் நோக்க வேண்டும்.

சங்ககாலத்திலிருந்து இக்காலம்வரை உள்ள அனைத்து இலக்கியங்களையும் அவ்விலக்கியங்களில் எவ்வாறெல்லாம் விகுதிகளும் வினைகளும் பயன்படுத்தப்பட்டுள்ளன என்னும் செய்தியின் அடிப்படையில் வரிசைப்படுத்த வேண்டிய

அவசியமேற்படுகிறது. இவ்வகையில் எடுத்துக்காட்டாக ஒரு சில உருபுகளின் மாற்றங்களைக் கோடிட்டுக் காட்டியிருக்கிறோம். நாம் இதுவரை "சங்ககாலம்", "இடைக்காலம்", "இக்காலம்" என்னும் மூன்று வகையில்தான் தமிழ் மொழியைப் பிரிக்கிறோமே தவிர இக்காலங்களில் படைக்கப்பட்ட இலக்கியங்களை அவற்றில் பயன்படுத்தப்பட்ட மொழிக்கூறுகளின் அடிப்படையில் மேலும் பிரிக்க வேண்டிய அவசியம் ஏற்படுகிறது. அப்படி வரிசைப்படுத்த முனைந்தால் தமிழ் மொழியில் ஏற்பட்ட ஒவ்வொரு மாற்றத்தையும் எந்த மாற்றம் எப்பொழுது ஏற்பட்டது, எப்படி ஏற்பட்டது என்னும் வகையில் அறுதியிட்டு விளக்க வாய்ப்பிருக்கும். அத்தோடு எந்த இலக்கியத்தில் எந்த மாற்றம் ஏற்பட்டது என விளக்க முற்படும்போது அவ்விலக்கிய ஆசிரியர்களின் காலத்தை உறுதிப்படுத்தவும் இயலும். இவ்வகையில் வரலாற்று இலக்கணத்தை எப்படி மொழி மாறிய விதத்தோடு விளக்கமாக எழுத வேண்டும் என்பதன் அவசியம் புலப்படும்.

5
சங்க இலக்கியங்களின் வழித் தமிழ் மொழி, தமிழர்களின் வரலாறு

தமிழ் வளர்ச்சி என்பதைப் பலரும் பல கண்ணோட்டங்களோடு காணும் இக்காலக் காட்டத்தில் தமிழர் வரலாறு மற்றும் தமிழர்ப் பண்பாட்டைக் கூறும் சங்ககால இலக்கியங்கள் வழித் தமிழ் வளர்ச்சியைக் காண வேண்டியது இன்றியமையாததாகிறது. தமிழ் இலக்கிய, பண்பாட்டு வளர்ச்சி என்பது சங்கத் தமிழ் இலக்கியங்கள் வழிதான் நிகழ்ந்தது என்பதற்கான பல சான்றுகளைத் தரலாம். பிற்கால இலக்கியங்கள் சங்கத் தமிழ் உத்திகளையே பெரும்பாலும் கடை பிடித்தன என்பதற்கும் பல எடுத்துக்காட்டுகளைக் கொடுக்கலாம். சங்ககாலத்துத் தமிழர்களின் வாழ்வுமுறையை நன்கு உணர இக்காலக் கட்டங் களில் எழுதப்பட்ட இலக்கியங்களை உற்றுநோக்க வேண்டியது அவசியமாகிறது. மொழி, இலக்கியம், பண்பாடு இவை அனைத்தையும் ஒன்றாக ஆய்ந்தறியும்போது தமிழ்ப் பண்பாட்டில் ஏற்பட்ட மாற்றங்களை அறிவதோடு தமிழ் மொழியில் ஏற்பட்ட மாற்றங்களையும் அறிய வாய்ப்பிருக்கிறது.

'புள்ளினம் இமிழும் புகழ்சால் விளைவயல்'
(புறம் 15)
'ஏர் பரந்த வயல் நீர் பரந்த செறுவின்...'
(புறம் 338)

'புள்ளிமிழ் அகல்வயல் ஒலிசெந்நெல் லிடைப் பூத்த
முள்ளரைத் தாமரை...' (கலி.79:1)

'முடந்தை நெல்லின் விளைவயல் பரந்த தடந்தாள் நாரை'

(பதி. 29)

போன்ற அடிகளிலிருந்து சங்ககாலத்தின் புள்ளினம், வண்டினம், தேனீக்கள், தாமரை, நாரையோடு சூழ்ந்த வயற்காட்சிகளை மட்டுமன்றி அங்குக் கேட்ட புள்ளினத்தின் ஒலியையும் நெற்கதிர்கள் காற்றில் எழுப்பிய ஒலியையும் நம்மால் நன்றாக ஊகிக்க முடிகிறது என்பதைவிட அவை இன்னமும் நம் காதில் இவ்விலக்கிய வரிகளின் வழி ரீங்காரமிடு கிறது என்றே கூற வேண்டும். அக்காலத்தில் நெல் வயல்கள் இயற்கைப் பூங்காக்களெனத் தமிழர்களின் மனம் கவர்ந்தனவாக இருந்தன.

'மின்இழை விறலியர் நின்மறம் பாட...' (பதிற்ற். 54)

'ஆடுக விறலியர் பாடுக பரிசிலர்' (பதிற்ற். 58)

'பாடு விறலியர் பல்பிடி பெறுக' (கலி. 43),

சுகிர்புரி நரம்பின் சீறியாழ் பண்ணி,
விரையலி கூந்தல் நும் விறலியர் பின் வர,
ஆடினிர் பாடினிர் செலினே (புறம். 109)

'ஒள்ளிழைப் பாடுவல் விறலியர் கோதையும் புனைக'

(புறம். 172)

'இயலி ஆடுமயில் நனவுப்புகு விறலியின் தோன்றும் நாடன்!'

(அகம். 82)

போன்ற பல அடிகளிலிருந்து சங்காலத்தில் விறலியர் எனும் ஆடு மகளிர் இருந்தனர் எனவும், அவர்கள் ஆடும் தொழிலோடு பாடும் தொழிலையும் செய்துவந்தனர் என்னும் உண்மையை யும் அறிய முடிகிறது. விறலியர் ஆடுவதையும் பாடுவதையும் விழாவாகக் கொண்டாடி வந்துள்ளனர் என்பதையும் இவ்வடிகளிலிருந்து நாம் அறிகிறோம். இவ்வடிகள் நம் வாழ்வை எவ்வாறு நம் தமிழ் மூதாதையர்களோடு இணைக்கின்றன என்பதைக் காண்பதே நமது அறிவுபூர்வ முயற்சியாக இருக்க வேண்டும். மாற்றங்கள் பல நிகழ்ந்தன! எந்த மாற்றம் எப்பொழுது நிகழ்ந்தது என்னும் உண்மைகள் வரலாற்றுப் பக்கத்தில் எழுதப்படவில்லை என்றே கூற வேண்டியிருக்கிறது. இருப்பினும் இலக்கியங்களையும் இவ்விலக்கியங்களின் வழிப் பயன்படுத்தப்பட்ட மொழியையும் கூர்ந்துநோக்கும்போது எந்த மாற்றம் எப்பொழுது நிகழ்ந்தது என அறிய வாய்ப்பிருக்கிறது. சங்ககாலத்தில் பயன்படுத்தப்பட்ட ஒவ்வொரு சொல்லும்

கூடத் தமிழர்களின் வாழ்வுமுறைகளையும் வரலாற்றையும் தெள்ளத்தெளிவாக நமக்கு இயம்புவதாக இருக்கின்றன. எடுத்துக்காட்டாக, 'ஆச்சி' என இக்காலத்தில் வழங்கப்படும் சொல் 'ஆய்த்தி' என்னும் சொல்லிலிருந்து மருவியுள்ளது என்பதை நோக்கும்போது இது எவ்வாறு தமிழர்களின் வரலாற்றை இயம்பும் வண்ணமாக இருக்கிறது என்பதை அறியலாம். 'ஆய்' என்னும் சொல்லைப் 'பெண்மகள்', 'தாய்', 'தாய்க்குலம்' என்னும் பொருளில் சங்ககாலத்திலிருந்து வழங்கி வருகிறோம். 'ஆய்த்தியர்' என்னும் சொல்லைப் பசு மேய்க்கும் பெண்மகள்களாகக் கலித்தொகை கூறுகிறது. 'மாமருண்டன்ன மழைக்கண் சிற்றாய்த்தியர்' (கலி. 108:45),

5.1. தமிழ்ப் பண்பாட்டினைச் செம்மொழி இலக்கியங்கள் வழி அறிதல்

இக்காலத் தமிழர் பண்பாட்டை நன்கு அறியச் செம்மொழித் தமிழ் இலக்கியங்களை அணுகுவது அவசியமாகிறது. 'ஈசல் வாழ்க்கை' என இக்காலத்தில் மனித வாழ்வின் நிலையற்ற தன்மையை விளக்கும் இச்சொற்றொடரைப் பற்றி அறிய நாம் தமிழ் இலக்கியங்களை அணுக வேண்டியிருக்கிறது.

செம்புற்று ஈயல் போல
ஒருபகல் வாழ்க்கைக்கு உலமரு வோரே (புறம். 51)

போரில் எதிரிகளின் வீரர்கள் ஈயலென ஒரு பகலிலேயே அழிக்கப்படுவார்கள் எனக் கூறும் இப்பாடல் வரியையும், 'ஈசல் வாழ்க்கை' என நாம் இக்காலத்தில் அறியும் தொடரையும் தொடர்புபடுத்தும்போது இவ்வழக்கு சங்ககாலத்திலிருந்து நம்மிடையே உலவி வருவதை அறிகிறோம்.

இவ்வண்ணமே காளையை அடக்கி வீட்டுப் பெண்ணை மணம் கொள்ளும் வழக்கம் சங்ககாலந்தொட்டு இருந்து வந்துள்ளமையைப் பின்வரும் கலித்தொகைப் பாடலிலிருந்து அறிகிறோம்.

'கொல்லேற்றுக் கோடஞ்சு வானை மறுமையும் புல்லாளே ஆய மகள்' – (கலி. 103:63). 'கொல்லுகின்ற தன்மையை உடைய காளையை (ஏறு) அடக்க அஞ்சுவானை மறுபிறப்பிலும் விரும்ப மாட்டாள் ஆய மகள்' என்று வரும் இக்கலித்தொகைப் பாடலை இக்காலத்திலும் வழக்கில் இருக்கும் காளையை அடக்கி மணப்பெண் பெறும் வழக்கின் தொடர்ச்சியாகவே காண வேண்டியுள்ளது. எ.டு. 'ஓஒ! இவள், பொரு புகல் நல் ஏறு கொள்பவர் அல்லால் திரு மா மெய் தீண்டலர் என்று கருமமா...' (கலி. 102).

மேலும், 'கலம் தொடா மகளிர்' என்னும் தொடர் புறநானூற்றுப் பாடலில் வருகிறது.

அணங்குஉடை முருகன் கோட்டத்துக்
கலம்தொடா மகளிரின் இகழ்ந்துநின்றவ்வே.' (புறம் 299)

மட்கலத்தைத் தீட்டுடைய மகளிர் தொட மாட்டார்கள் என்னும் தற்காலப் பழக்கத்தையே இது குறிக்கிறது. அழகுடைய முருகன் கோட்டத்தில் தீட்டுடை மகளிர் இகழ்ந்து நிற்பர் என்னும் நோக்கில் இயம்பபட்ட இவ்வரிகள் தீட்டுடைய மகளிர் என நேராகக் கூறாமல் 'கலம் தொடா மகளிர்' எனக் குறிப்பிட்டிருப்பதை நோக்க வேண்டியிருக்கிறது. இவ்வகையில் சங்ககாலப் பழக்க வழக்கங்களையும் இக்காலப் பழக்க வழக்கங்களையும் உற்றுநோக்கி ஒப்பாய்வு செய்ய வேண்டிய ஆய்வின் முக்கியத்துவத்தையும் உணர்கிறோம்.

பக்தி இலக்கியங்கள் பலவும் தமிழர்களிடையே சங்கத் தமிழ் இலக்கியங்களைவிட அதிகப் பயன்பாட்டில் இருப்பதற்கான காரணம் இறைவழிக்குத் தமிழர்கள் முதன்மை கொடுக்கத் தொடங்கிவிட்டனர் என்ற காரணத்தோடு பக்தி இலக்கியங்கள் பலவற்றுக்கு இசையைக் கொடுத்ததும் ஒரு காரணம் எனலாம். சங்ககால இலக்கியங்களை இசையோடு இணைத்து நாம் அறிந்துணராத தருணத்தில் இசையோடு இணைக்கப்பட்ட பக்தி இலக்கியங்கள் தமிழர்கள் பலரின் மனதைக் கவர்ந்தது என்றால் அது மிகையாகாது. பக்தி தோன்றிய இடைக்காலத்தில் ஓலைகள் வழி மக்களிடையே மிகவும் பிரபலமாக இருந்த அனைத்துச் சங்ககால இலக்கியங்களும் பரணைக்கு எடுத்துச் செல்லப்பட்டதன் காரணம் பக்தி இயக்கங்கள் இடைக்காலம் தொட்டு மக்களிடையே இறை உணர்வை வலுக்கட்டாயமாகப் புகுத்தியதே என அறுதியிட்டுக் கூறலாம். இச்சூழலில் சங்ககால ஆய்வு என்பதை இலக்கியங்களில் கூறப்பட்டிருக்கும் உவமைகள், உருவகங்கள் ஆகியவற்றைக் கூர்ந்து நோக்குவதோடு அவற்றைப் பயன்படுத்தியிருக்கும் சூழலையும் கருத்தில் கொள்ள வேண்டியுள்ளது. "வண்டுகள்", "புணைகள்", "ஈசல்கள்", "கிளைகளில் பாயும் குரங்குகள்" (கலை பாயும் சிலம்புகள்) போன்றன உட்படுத்திய எண்ணிலடங்கா உவமைகளும் உருவகங்களும் தமிழ் இலக்கியங்களில் ஒரு பொதுவான "இலக்கியச் சூழல்" இருந்து வந்ததைச் சுட்டிக்காட்டுகின்றன. 'வண்டு தாதூதும் ஊரன்' (ஐங். 89), 'வண்டுதா தூதத் தேரை தெவிட்ட...' (ஐங். 494) என வரும் ஐங்குறுநூற்றுப் பாடல்களிலும், 'மலரின் தாதுநின் றூதப்போய்வருந் தும்பிகாள் . . .' (திருவிசை. 103) என வரும் திருவிசைப்பா பாடலிலும், 'கண்போல் மலர்ந்த காமர் சுனைமலர் அஞ்சிறை வண்டின் அரிக்கணம் ஒலிக்கும்...'

(திருமுரு. 71–75) என வரும் திருமுருகாற்றுப் பாடலிலும், வண்டுகளையும் அவை சூழும் மலர்களையும், மகரந்தங்கள் ஊதத் தேனீக்கள் அவற்றை நாடுதலையும் உள்ளுறை உவமத்தோடும் இலக்கிய நயத்தோடும் பயன்படுத்தியிருப்பதிலிருந்து தமிழின் தனிச்சிறப்பாக இத்தகைய 'இலக்கியச் சூழல்கள்' தமிழின் இனிமைக்குக் காலங்காலமாக மெருகூட்டி இயற்கையையும் மனிதவாழ்வையும் இணைத்த சிறந்த இலக்கியப் பயணத்தை மேற்கொண்டிருக்கின்றன என்றே எண்ண வேண்டியிருக்கிறது. இத்தகைய இலக்கியச்சூழலுக்கு வித்திட்டது சங்க இலக்கியங்களே என்றும் கொள்ள வேண்டியிருக்கிறது. இவ்விலக்கியச் சூழல்களே தமிழ்ப்பண்பாடாக, தமிழர் வரலாறாக இருப்பதைக் கண்கூடாகக் காண்கிறோம்.

5.2. இலக்கியங்களின் ஈர்ப்புத்தன்மை

மிச்சல் போகால்ட் என்னும் பிரஞ்சு தத்துவஞானி மனித வாழ்வில் இலக்கியங்களின் பங்கைப் பற்றிக் கூறும் போது பல இலக்கியங்களில் கூறப்படும் ஒரு சில ஈர்ப்புத்தன்மைகொண்ட கருத்துகள், உத்திகள் மனித வாழ்க்கையைத் தலைகீழாக வழிமாறி எடுத்துச்செல்லும் பலத்தத் திறமைகொண்டனவாக இருக்கும் என்கிறார். ஈர்ப்புத்தன்மை, ஈர்க்கப்படுவோர் பற்றி ஆய்ந்தறிந்த போகால்ட் சக்தி என்பது அரசனிடமும் கடவுளிடமும் மட்டும் இருப்பதில்லை அது நம்மிடையே அரசு, மருத்துவம், இலக்கியம் போன்ற பல வடிவங்களிலும் இருக்கின்றன என்கிறார். அரசன் தன் குடிகளைத் தன் ஆட்சிக்கு உட்படுத்துவது போலவே அரசு மக்களையும், மருத்துவம் நோயாளிகளையும், இலக்கியம் வாசகர்களையும் தங்களிடையே ஈர்த்துத் தன்னகப்படுத்தும் தன்மையது என்கிறார் போகால்ட் (காண்க: Foucault 1983). தனி மனிதன் என்று பார்க்கும்போது எந்தச் சனநாயக முறையாக இருந்தாலும் இவ்வகை அதீதச் சக்திகளுக்கு அடிமைப்பட்டவர்களாகவே பலவகையிலும் உள்ளாகிறார்கள். அத்தகைய அதீதஈர்ப்புத்தன்மைகொண்டனவாகஇலக்கியங்களில் கையாளப்படும் உவமைகள், உருவகங்கள், ஆகுபெயர், குறிப்புப் பெயர்கள், மிகைப்படுத்தல், இசை நலன் போன்ற இலக்கிய அணிகலன்களை மொழியியல், இலக்கியத் திறனாய்வு அடிப்படையில் மிகவும் கவனமாக ஆய்வு செய்ய வேண்டியது அவசியமாகிறது. அழகாகவும் மனதைக் கவரும் வண்ணமாகவும் கொடுக்கப்பட்ட இலக்கியப் பாடல் அடிகளைப் படிப்பவர்கள் அத்தகயை வருணனைகளுக்கு எளிதில் அடிமைப்பட்டு அவ்விலக்கியங்கள் கூறும் கருத்துகளை உடனே ஏற்றுக்கொள்கிற மனநிலையை அடைபவர்கள் ஆகின்றனர் என்கிறார் போகால்ட். இதையே இந்திய நாட்டின் பல இலக்கியங்களும் செய்துள்ளன

என்று கருத வேண்டியிருக்கிறது! வாய்வழி இலக்கியங்களாக இருக்கட்டும், எழுத்துவழி இலக்கியங்களாக இருக்கட்டும், இந்நாட்டின் புராணங்களாக இருக்கட்டும், இந்திய மண்ணைப் பொருத்தவரையில் இந்நாட்டின் பண்பாடு என்பது ஒரு இலக்கியப் பண்பாடு என்றே கூற வேண்டியிருக்கிறது. இலக்கியங்களில் கூறியவற்றைக் கொண்டே வாழ்வியல்முறை ஏற்படுகிறது என்பதையே "இலக்கியப் பண்பாடு" எனும் கருத்தில் நோக்க வேண்டியிருக்கிறது.

நம்மிடையே உலவும் பல இலக்கிய வழிக் கருத்துப் பரிமாற்றங்கள் நமக்குக் காலம் காலமாக வாய்வழி இலக்கியங்கள் மூலமும் எழுத்துவழி இலக்கியங்கள் மூலமும் நம்மை வந்து அடைந்துள்ளன. சங்க இலக்கியங்களையும் பக்தி இலக்கியங்களை யும் ஒப்பிடும்போது, சங்க இலக்கியங்கள் நம் யாரையும் எந்த ஒரு அரசனையும் எந்த ஒரு குழுவினையும் சார்ந்துவிடுகிற அளவுக்கு நம் மனதை அடிமைப்படுத்துவனவாக இருக்காது எனலாம். இதற்கு முக்கியக் காரணம் இவ்விலக்கியங்கள் போற்றிப் பாராட்டிய சேரர்கள், சோழர்கள், பல்லவர்கள், பாண்டியர்களின் ஆட்சி இக்காலத்தில் இல்லை. மாறாக அவை தமிழர்களிடையே நிலவும் மிகையான தமிழ்ப்பற்று, இலக்கியப்பற்று என்னும் ஒரு சில கருத்துகளுக்கு மட்டும் வழிகோலியிருக்கின்றன என்றால் அது மிகையாகாது. ஆனால் பக்தி இலக்கியத்தின் கருத்து என்பது அவை கூறும் இறைவன், இறைபக்தி என்பதே. பக்தி இலக்கியத்தில் நம் உள்ளம் ஒருங்கிணைந்ததென்றால் நாம் அவ்விலக்கியங்கள் கூறும் இறைவனுக்கும் இறைபக்திக்கும் ஆளாகிறோம் என்பதே பொருள். இலக்கியம் வேறு! பக்தி வேறு! என்று அறிந்து செயல்படுகிற நிலையில் போகால்ட் கூறுகிறவாறு நாம் இவ்விலக்கியங்களுக்கு அடிமைப்படுகிற நிலையைத் தவிர்க்காத தருணத்தில் இலக்கியங்களின் அழகுக் கூறுகளுக்கும் அவை கூறும் வழிமுறைகளுக்கும் இசைந்து விடுகிறோம், அடிமைப்பட்டுவிடுகிறோம் என்றே கூறலாம். மேலும் இப்பக்தி இலக்கியங்களில் பெரும்பாலான கருத்துகள் யாவும் இருநிலை வழிபாட்டு முறைகளுக்கே முக்கியத்துவம் கொடுத்துப் பெரும்பாலோரை வழிநடத்தின என்றும், அவை இன்னமும் அங்ஙனமே வழி நடத்தி வருகின்றன என்றும் சுட்டிக் காட்டவேண்டியிருக்கிறது. இவ்வகையில் "சங்க இலக்கிய ஆய்வு" என்னும் ஒரு ஆய்வுக்கு முக்கியத்துவம் கொடுத்துத் 'தமிழர்ப் பண்பாடு', 'தமிழர் வாழ்வியல்', 'தமிழர் வரலாறு' என்னும் குறிப்பிட்ட கண்ணோட்டங்களோடு தமிழ் இலக்கியங்களை ஆய்வு செய்ய வேண்டியது மிகவும் இன்றியமையாத ஒன்றாகத் திகழ்கிறது. இவ்வாய்வின் கூறுகளாகச் சங்க இலக்கிய உத்தி களைக் கூர்ந்து ஆய்வு செய்வதோடு சங்கப் புலவர்கள் பல்வேறு

சூழல்களில் பயன்படுத்திய 'வண்டூதும் தாதூரன்', 'பெயல் நீர் போகிய வியல் நெடும் புறவி', 'ஏறுடை இனத்த நாறு உயிர் நவ்வி', 'துடியன் பாணன் பறையன் கடம்பனென்றிந்நான் கல்லது குடியு மில்லை' என்பது போன்ற பல தமிழர்களின் வாழ்வைக் கூறும் இலக்கிய வரிகள் வழித் தமிழ் கூறும் நல்லுலகத்தை அறியும் ஆய்வை மேற்கொள்ளும் கட்டாயச் சூழலில் இருக்கிறோம். சங்க இலக்கியங்களில் பயன்படுத்தியுள்ள உவமைகள், உருவகங்கள், ஆகுபெயர்கள், குறிப்புப் பெயர்கள் போன்றவற்றை இலக்கிய உத்திகளாக மட்டும் கருதாது அவை சங்ககாலத்தின் வரலாற்றுக் கருவூலங்கள் என்னும் நோக்கில் ஆய்வு செய்ய வேண்டும். "வேனிற் புனலன்ன நுந்தையை நோவார்யார்?" *(கலி. 84:38)* எனில் வேனிற்காலத்தில் புனலும் இல்லை! அங்ஙனமே உன் தந்தையை நோவோரும் இலர் என்பது உள்ளுறை உவமமாகும். உள்ளுறை உவமங்களாகச் சங்க இலக்கியங்களில் உறைந்திருக்கும் தமிழர் வரலாறு, பண்பாட்டை வெளிக்கொணர்வதே சங்க இலக்கிய ஆய்வின் தலையாய நோக்கமாகக்கொள்ள வேண்டும். 'அகம்', 'புறம்' என்றே நாம் இதுவரை கண்ட சங்க இலக்கியங் களைத் தமிழர் வரலாற்றைத் தன்னகத்தே கொண்டிருக்கும் வரலாற்று நூற்களாகக் காண வேண்டும்.

பின்னிணைப்பு 1:

ஒலியன் விதிகள்

ஒலியன் விதி எண்	ஒலியன் விதி	எடுத்துக்காட்டு	விளக்கங்களின் பக்கம்
1	ல் → ற்/____ {க/ச/த/ப}	பற்பொடி	32, 58
2	ல் → ஃ/____த்	(பஃதுளி)	60
3	த் → ற்/ஃ____	பஃறுளி	60
4	ல் → ன்/____ {ம்,ந்,ன்}	தொன்முறை	61,62
5	த் → ற் /{ன்/ற்}____	எயில்+தனை > (எயிற்தனை) > எயிற்றனை	62
6	ள → ண /____ {ந/த}	(ஒள்நுதல் > ஒண்நுதல்)	65
7	ந → ண/ண____	ஒண்நுதல் > ஒண்ணுதல்	65
8	ள → ட / ____ {க/ச/ட/த/ப}	நாட்கள், ஆட்சேதம், முட்தரை, முட்பாதை	66

9	ன → ற்/_____{க/ச/ப}	பொன்+காசு > பொற்காசு, பிற்சேர்க்கை, பொற்பேழை	67
10	ன → ஞ்/_____ச	தன்+செயல் > தஞ்செயல்	69
11	ள → ற/_____{க, ச, த, ப}	தலைமகள்+க்கு > தலைமகற்கு	68
12	ம் → ஞ்/_____ச	செம்+சொல் > செஞ்சொல்	69
13	∅ → ஞ்/ய்_____ஞ	மெய்ஞ்ஞானம்	69
14	∅ → ஞ்/ஐ_____ஞ	கை ஞெமிர் > கைஞ்ஞெமிர்	69
15	ம் → ஞ்/_____ஞ	செம்+ஞாயிறு > செஞ்ஞாயிறு	69
16	ண் → ஞ்/_____ஞ	விண்+ஞானம் > விஞ்ஞானம்	69
17	ம் → ண்/_____ந்	வெம்+நீர் > வெண் நீர் > வெண்ணீர்	71
18	ள → ண்/_____ந்	உள்+நீர் > (6. உண்நீர் > உண்நீர்)	71
19	ண் → ண்/_____ந்	உண்நீர் > உண்ணீர்	72
20	ன் → ண்/_____ற்	(என்று > எண்று)	72
21	ண் → ட்/_____{க/ப/த}	மண்+பானை > மட்பானை, கண்+த்+ஆள் > கண்டாள்	72
22	ம் → ந்/_____த்	தீம்+தேன் > தீந்தேன்	73
23	ம் → ங்/_____க்	தீம்+கனி > தீங்கனி	73

24	த் → ட்/ ண______	திண்+தேர் > திண்டேர்	75
25	ற் → ண் /ண______	கன்று > (20. கண்று) > கண்ணு	75
26	ந் → ன்/ன் ______	நல்+நெடும் > (4. நன்நெடும்) > நன்னெடும்	76
27	ன் → ந்/______த	முன்+து > முந்து, என்+தாய் > எந்தாய்)	77
28	ன் → ப்/ ______ப	முன்+பாட்டன் > முப்பாட்டன்	77
29	க → க(ஹ) / உயிர் ______உயிர்	பகல், முகம், வேகம்	79
30	க, ச, ட, த, ப → க (*g*)/ச்(*s*), ட(*d*)/த (*d*)/ப(*b*) {ங்/ஞ்/ உயிர்}______உயிர்	தங்கம், பஞ்சு, மாசம், பாடம், பாதை, சாபம்	79
31	க (ஹ) → *Ø/V* ____V	போகும் > போம்	79
32	ஃ *Ø/V*______*C*	அஃது > அது	79
33	ஃ → {க, ச, ட, த, ப, ற} /______{க, ச, ட, த, ப, ற}	அஃடு > அட்டு, அஃகிய > அக்கிய, பஃறி > பற்றி	80
34	க → வ / V ______V	சுகம் > சொவம்	81
34அ	ர → Ø/V____V	தீர்ந்து > தீந்து	83
35	ந் → ண்/ழ_____	சோழநாடு > சோணாடு	84
36	ழ் → *Ø/V* ______*V*	செழும்+மொழி > செம்மொழி	85
36அ	ழ் → *Ø/V*___*C*	தாழ்ப்பாள் > தாப்பாள்	85

36ஆ	ய → Ø/V_____V	வியர்த்து > வேர்த்து	88
37	வ → Ø/V___V	வரவில்லை > வரலெ	88
38	அன் → Ø	வந்தனை > வந்தாய்	90
39	ட → ற/V _______V	வந்துடு > வந்துறு	93
40	த் → ச்/{இ/ஞ்/ய்}__	படித்து > படிச்சு	94
41	ந் → ஞ்/ இ_______	தெரிந்து > தெரிஞ்சு	95
41அ	த் → ச்/ {இ,ய்,ஐ}_______	தேய்த்து > தேய்ச்சி, கிழித்து > கிழிச்சி, தைத்து > தைச்சி	95
42	ய → Ø/V______{ஞ்/ச்}	தேய்ச்சி > தேச்சி	95
42அ	ந் → ஞ்/ய் _______	தேய்ந்து > தேய்ஞ்சி	95
43	ஐ → அ	கடைந்து > கடஞ்சி	95
44	ய → ச	குயவன் > குசவன்	96
45	எ > ஏ	பெய்தது > பேஞ்சிது	97
46	இ → எ/V ______V	இடம் > எடம்	98
47	உ → ஒ/V _____V	குடம் > கொடம்	98
47அ	→ Ø உ/ {ண்,ர்,ல்,ழ்}_____	கண் > கண்ணு, பல் > பல்லு	98
48	ஔ → அ	ஔவை > அவ்வை	100
48அ	ஔ > ஒ	கௌசிக > கோசிக	100
48ஆ	ஔ > உ	சௌந்தரம் > சுந்தரம்	101
49	ஒ → உ/___உ(ட்)	கொடு > குடு	101

50	இ → உ/____உ(ட்)	விடு > வுடு	101
51	V___V → V{ய்/வ்}V	இலை+ஆ > இலையா	102
51அ	ஐ/இ___V → ஐ/இ ய் V	தம்பி+உம் > தம்பியும்	102
51ஆ	அ/உ/ஒ ___V → அ/உ/ஒ வ் V	அம்மாவா, பூவோடு	102
52	உ → உவ்/____ {இ, உ, அ, ஒ} (முற்றியலுகரம்)	தெருவில், புழுவா	103
53	உ → Ø /____V (குற்றியலுகரம்)	தோப்பு + ஐ > தோப்பை	103
54	ம் → Ø த்த்/____+ (ஐ/ஆல்/இல்...)	மரம்+ +இல் > மரத்தில்	104
55	ம் ம்/ ____#(ஆ,உம்,ஆவது...)	மரம்#+ஆ > மரமா	104
56	டு → ட்டு / ____+(ஐ/ஆல்/இல்...)	வீடு+ + இல் > வீட்டில்	104
57	டு → Ø ட்/____#(ஆ/ உம்/ஆவது...)	வீடு# + ஆ > வீடா	105
58	{a,e,i,o,u} → {ā,ē,ī,ō,ū} /{a/e/i/o/ u+C} →{a/e/i/o/u+ Ø}	பெயர் > பேர்	105

மேற்கோள் நூற்கள்

மூல நூற்கள்

தொல்காப்பியம் – சொல்லதிகார மூலமும் சேனாவரையரும். *1938.* சுன்னாகம், திருமகள் பதிப்பகம்: சுன்னாகம்.

தொல்காப்பியம் – பொருளதிகாரம் (முதற்பாகம்) முன் ஐந்தியல்களும் நச்சினார்க்கினியமும். *1948.* சுன்னாகம், திருமகள் பதிப்பகம்: சுன்னாகம்.

தொல்காப்பியம் – பொருளதிகாரம் (இரண்டாம் பாகம்) பின்னான்கியல்களும் பேராசிரியமும். *1943.* சுன்னாகம், திருமகள் பதிப்பகம்: சுன்னாகம்.

சாமிநாதைய்யர், உ.வே. *1962.* குறுந்தொகை மூலமும் உரையும். கபீர் அச்சுக்கூடம், சென்னை.

சிவலிங்கனார், ஆ. தொல்காப்பியம் பொருளதிகாரம் (உரைவளம்). உலகத் தமிழாராய்ச்சி நிறுவனம், தாரமணி, சென்னை.

சோமசுந்தரனார், பொ.வே. *1972.* ஐங்குறுநூறு உரையுடன். கழக வெளியீடு, திருநெல்வேலித் தென்னிந்திய சைவசித்தாந்த நூற்பதிப்புக் கழகம்.

துரைசாமிப் பிள்ளை, ஒள்வை சு. புறநானூறு, இரண்டாம் பகுதி, கழக வெளியீடு, திருநெல்வேலித் தென்னிந்திய சைவசித்தாந்த நூற்பதிப்புக் கழகம்.

நாராயண வேலுப்பிள்ளை, *1994.* பன்னிரு திருமுறைகள் – திருமந்திரம் (மூலமும் உரையும்). தமிழ் நிலையம்: சென்னை.

நாராயணசாமி ஐயர் மற்றும் சோமசுந்தரனார், பொ. வே. 1967. நற்றிணை உரையுடன். கழக வெளியீடு, திருநெல்வேலித் தென்னிந்திய சைவசித்தாந்த நூற்பதிப்புக் கழகம்.

வேங்கடசாமி நாட்டார், ந.மு. 1965. அகநானூறு படவுரை விளக்கவுரைகளுடன். கழக வெளியீடு, திருநெல்வேலித் தென்னிந்திய சைவசித்தாந்த நூற்பதிப்புக் கழகம்.

ஸ்ரீ மத் சிவாக்ர யோகி, 1928. சிவஞானபோதம் (தமிழில் மொழிபெயர்ப்பு பிரம்மானந்தஸ்வாமிகள்). தஞ்சை: ஸ்ரீசங்கரவிலாச சாரதாமந்திர பிரஸ். (பதிவிரக்கம் 11/21/2022: https://tamildigitallibrary.in/)

முகம்மது அப்துல்காதிறுப்புலவர், 1872. முனாஜாத்துத் திரட்டு, Singapore: J. Paton, Government Printer.

துணை நூற்கள்

தமிழ் நூற்கள்

அரங்கநாதன், வாசு. 2018. ‘இலக்கியப் பயணங்களும் தமிழர் வரலாறும்.’ காலச்சுவடு பதிப்பகம்: நாகர்கோவில்.

__________________. 2019. ‘சுழற்சி முறை ஒலியனியல் மாற்றங்கள்.’ மொழியியல் 1:1 2019, மொழியியற் கழகம், கோயம்புத்தூர்.

__________________. 2020. ‘இக்காலத் தொல்காப்பிய மரபு.’ நியூ செஞ்சுரி புத்தக நிலையம், சென்னை.

__________________. 2021. ‘இடையின ஒலிகளின் விடுபடு விதியால் தமிழில் ஏற்பட்ட பெரிய மாற்றங்கள்.’ In Manarkeni Vol. 51, September 2021.

காமாட்சி, அ., கல்பனா, செ. 2016. ‘ஐங்குறுநூற்று உருபனியற் பகுப்பாய்வு.’ நியூ செஞ்சுரி புத்தக நிலையம், சென்னை.

கார்த்திகேயன், ஆ. 2017. ‘பார்வைக் கிளை ஆய்விற்குத் தரவகம் அமைத்தல்.’ In Thiruvalluvan (Ed.) Recent research in Linguis tics, Annamalai Nagar, Annamalai University (2017).

__________________. 2022. ‘மோரியர்.’ உங்கள் நூலகம், ஜனவரி, 2022.

கோவிந்தராஜன், நா. 2016. ‘அதிகாரமும் தமிழ்ப் புலமையும்.’ க்ரியா: சென்னை.

_____. 2021. 'மொழியாகிய தமிழ் (காலனியம் நிகழ்த்திய உரையாடல்கள்).' க்ரியா: சென்னை.

சண்முகம், செ.வை. 2004. 'இலக்கண ஆய்வு.' சிதம்பரம்: மெய்யப்பன் பதிப்பகம்.

_____. 2005. மொழி ஆய்வு. 'மணிவாசகர் நூலகம்.' சென்னை.

_____. 2009. 'கவிதை ஆய்வு.' சென்னை: புத்தா பப்ளிகேஷன்ஸ்.

சிவராஜப் பிள்ளை, கே.என். 1929. 'உந்து' என்னும் 'இடைச்சொற் பிரயோகம் அல்லது புறநானூற்றின் பழைமை.' சென்னை சர்வகலாசாலை பிரசுரம்: சென்னை.

சுப்பிரமணியன், சி.சு. இராசாராம், 2021. 'செம்மொழித் தமிழ் இலக்கணக் கலைச்சொற் (எழுத்ததிகார களஞ்சியம்)' செம்மொழித் தமிழாய்வு மத்திய' நிறுவனம், சென்னை.

_____. 2021. 'செம்மொழித் தமிழ் இலக்கணக் கலைச்சொற் களஞ்சியம் (சொல்லதிகாரம்)' செம்மொழித் தமிழாய்வும் மத்திய நிறுவனம் சென்னை.

சூரியநாராயண சாஸ்திரியார், 1903. 'தமிழ் மொழியின் வரலாறு.' சென்னை: ஜி. ஏ. நடேசன் அண்டு கம்பெனியார்.

சுயம்பு, பெ. (பதிப்பாசிரியர்). 2021. உ.வே.சா. 'இலக்கிய அரும்பத அகராதியும் சங்கநூற் சொல்லடைவும்.' செம்மொழித் தமிழாய்வு மத்திய நிறுவனம்: சென்னை.

ராஜசேகரன் நாயர், நீ, ராஜா, ச & சுந்தரபாலு, சா. 2022. 'தமிழ் வேளாண் கலைச்சொற்களின் வட்டார வேறுபாட்டு அகராதி.' காலச்சுவடு பதிப்பகம்: நாகர்கோவில்.

ஆங்கில நூற்கள்

Aitchison, Jean. 2001. *Language Change: Progress or decay?*. Cambridge: Cambridge University Press.

Arden. A. H. 1942. *A progressive grammar of the Tamil language.* Madras: Christian Literature Society.

Arlotto, Anthony. 1972. *Introduction to His torical Linguis tics.* Boston:Houghton Mifflin Company.

Balasubramanian, K. 2001. *Studies in Tolkappiyam.* Annamalai University: Annamalai Nagar.

Beschi, Joseph Constantius. 1822. A Grammar of the High Dialect of the Tamil Language Termed Shen-Tamil: to which is added an Introduction to Tamil Poetry. Translated from the Original Latin By Benjamin Guy Babington. Madras: College Press.

_____. 1848. A Grammar of the Common Dialect of the Tamil Language called கொடுந்தமிழ், composed for the use of the Missionaries of the Society of Jesus. Translated from the original Latin by George William Mahon, A.M. Madras: Knowledge Society's Press.

Caldwell, Robert. 1961. *A Comparative Grammar of the Dravidian or South Indian Family of Languages.* Madras: University of Madras.

Campbell, Lyle. 1999. *Historical Linguistics.* Cambridge: MIT Press.

Chomsky, Noam. 1993. [1981]. *Lectures on Government and Binding: The Pisa Lectures.* Mouton de Gruyter.

Chidamaranatha Chettiar 1958. *Introduction to Tamil Poetry*, Tamil Culture VII. 1 (Jan. 1958). P.56.

Christdas, Prathima, 1988. The Phonology and Morphology of Tamil. Ph.D. diss. Cornell University.

Emeneau, M.B. 1953. *Dravidian Kinship terms.* Language, Vol. 29, No. 3 (Jul. – Sep. 1953), pp. 339-353.

Ferguson, Charles A. 1959. *Diglossia.* Word 15: 325-340.

_____. 1972. *Diglossia.* In Giglioli. Ed. 232-251. (Reprint of Fergusson 1959).

Foucault, Michel (1983). *The Subject and Power.* In Michel Foucault: Beyond Structuralism and Hermeneutics, edited by H. Dreyfus and P. Rabinow, 2nd ed. Chicago: The University of Chicago Press, 1983. 208- 226.

Giglioli, Pier Pablo. Ed. 1972. *Language and social context.* London: Penguin Books.

Hall, Kenneth R. ed. Structure and Society in Early South India: Essays in Honor of Noboru Karashima. New Delhi: Oxford University Press.

Hopper, J. Paul and Elizabeth Closs Traugott. 1993. *Grammaticalization.* Cambridge: Cambridge University Press.

Jeffers, J. Robert and Ilse Lehiste. 1980. *Principles and Methods for Historical Linguis tics*. Cambridge: The MIT Press.

Karashima, Noboru. 2001. *Whispering of Inscriptions*. In Structure and Society in Early South India: Essays in Honor of Noboru Karashima. Ed. Kenneth R. Hall. New Delhi: Oxford University Press.

Kiparsky, Paul. 1982. *From Cyclic Phonology to Lexical Phonology*, in Harry van der Huls t and Norval Smith (eds), *The structure of phonological representations* (vol. 1). Dordrecht: Foris, 131-75.

Lehman, W. 1962. *His torical Linguis tics: An Introduction*. New York: Holt, Rinehart and Wins ton, Inc.

Renganathan, Vasu. 2011. *Tamil Literature from Sangam to Modern Period: A Continuum with colorful changes: What does a search of the Tamil Electronic data reveal us?*. In the proceedings of the Tamil Internet Conference, 2011. (http://www.uttamam.org/papers/11_50.pdf).

Marudanayakam, P. 2010. Ancient Tamil Poetry and Poetics: New Perspectives. Central Institute of Classical Tamil: Chennai, Tamilnadu, India.

Mohanan, K. P. 1986. *The Theory of Lexical Phonology*. Studies in Natural Language and Linguistic Theory. Dordrecht: Reidel.

Rajaram, S. 1972. *Tamil Phonetic Reader*. Mysore: Central Ins titute of Indian Languages.

Rajam, V. S. 1992. *A reference grammar of classical Tamil poetry (150 B.C.--pre-fifth/sixth century A.D.)*, Philadelphia: American Philosophical Society.

Rangan, K. 2012. *Toward Formulating Formal Phonological Rules of Tolkāppiyam – Eḻuttatikāram*. Central Institute of Classical Studies: Chennai.

Renganathan, Vasu. 2010. The Language of Tirumūlar's Tirumantiram, Medieval Saiva Religious Text. Unpublished Ph.D. dissertation, University of Pennsylvania, Philadelphia.

_____. 2020. *Sangam to Modern Tamil Genre: The process of grammaticalization and evolution of Modern Tamil Noun and Verb forms*. IJDL:Vol. 49, No. 1 January 2020.

Schiffman, Harold. 1993. *Intervocalic – v – deletion in Tamil: Evidence for Aspect as a morphological category.* Journal of the American Oriental Society, vol. 113, no. 4. Oct. – Nov. 1993. Pp. 513 – 528.

Shanmugam, S. V. 1995. *Manivaasakar thamizh.* (Tamil). Journal of Tamil Studies. 47 & 48. Pp. 52-83. Chennai: International Ins titute of Tamil Studies.

Subramaniam, P. R. (in print). *In Search of a Hidden Word in Sangam Classics.*

Zvelebil, Kamil V. 1992. Companion Studies to the His tory of Tamil Literature. E.J.Brill: Linden, New York, KoBenhavn, Koln.